मूर्तिमंत कारुण्याचं प्रतीक

मदर टेरेसा
सेवेत समर्पित एक महान जीवन प्रवास

करुणा, एक अशी भाषा आहे जिला बहिरेही ऐकू शकतात आणि अंधही पाहू (समजू) शकतात

A Happy Thoughts Initiative

मूर्तिमंत कारुण्याचं प्रतीक – मदर टेरेसा
सेवेत समर्पित एक महान जीवन प्रवास

Murtimant Karunyacha Pratik - Mother Teresa
Sevet Samrpit Ek Mahan Jeevan Pravas
by Tejgyan Global Foundation

प्रकाशक : वॉव पब्लिशिंग्ज् प्रा. लि., पुणे

प्रथम आवृत्ती : सप्टेंबर २०१९

ISBN : 978-93-87696-94-5

© Tejgyan Global Foundation

All Rights Reserved 2019
Tejgyan Global Foundation is a charitable organization
having its headquarters in Pune, India.

सर्वाधिकार सुरक्षित
'वॉव पब्लिशिंग्ज् प्रा. लि.'द्वारे प्रकाशित हे पुस्तक अशा अटीवर विकण्यात येत आहे, की प्रकाशकाच्या लेखी पूर्वअनुमतीविना ते व्यापाराच्या दृष्टीने अथवा अन्य प्रकारे उसने, भाड्याने अथवा विकत, अन्य कोणत्याही प्रकारच्या बांधणीत अथवा अन्य मुखपृष्ठासह देता येणार नाही; तसेच अशाच प्रकारच्या अटी नंतरच्या ग्राहकावर बंधनकारक न करता आणि वर उल्लेखिलेल्या कॉपीराइटपुरत्या मर्यादित न ठेवता या पुस्तकाच्या कोणत्याही स्वरूपाच्या विनिमयास, तसेच कॉपीराइटधारक व वर उल्लेखिलेले प्रकाशक दोघांच्याही लेखी पूर्वअनुमतीविना इलेक्ट्रॉनिक, मेकॅनिकल, फोटोकॉपी, रेकॉर्डिंग इत्यादी प्रकारे या पुस्तकाचा कोणताही अंश पुनःप्रस्तुत करण्यास, जवळ बाळगण्यास अथवा सुधारित स्वरूपात प्रस्तुत करण्यास मनाई आहे.

'करुणा की देवी-मदर टेरेसा' या मूळ हिंदी पुस्तकाचा मराठी अनुवाद

हे पुस्तक समर्पित आहे
येशू ख्रिस्त आणि सीसो यांना...
यांच्याद्वारे प्रेरित होऊन
मदर टेरेसा यांनी आपलं संपूर्ण जीवन
सेवाकार्यात अर्पण केलं...

अनुक्रमणिका

प्रस्तावना	निःस्वार्थ सेवेचं प्रतीक शुद्ध प्रेमाचा आरसा	०७
खंड १	मदर टेरेसा यांचं जीवन चरित्र	११
भाग १	बालपणाची एक झळक	१३
भाग २	जिज्ञासेचा जन्म	१६
भाग ३	संवेदनशीलतेकडून संकल्पाकडे	२०
भाग ४	दृढ निश्चय	२४
भाग ५	संधीची ओळख	२९
भाग ६	पहिली हाक	३२
भाग ७	कर्म हीच सेवा	३६
भाग ८	इशान्याची जाणीव	४०
भाग ९	पीडितांच्या दुःखांचा अंत	४४
भाग १०	उद्दिष्टाच्या दिशेने पहिलं पाऊल	४९
भाग ११	सेवा परमो धर्मः	५३
भाग १२	टीका-टिप्पणीशी सामना	५९

भाग १३	संवेदनशीलता आणि सेवा	६३
भाग १४	प्रेम आणि दान यांचं महत्त्व	६८
खंड २	**मदर टेरेसा यांचं संस्थात्मक कार्य**	**७५**
भाग १५	सेवारत गुणवंत मन	७७
भाग १६	मिशनरीज ऑफ चॅरिटीचा प्रारंभ	८१
भाग १७	ईश्वरावरील अढळ विश्वास	८७
भाग १८	सेवा 'पूजा' कशी बनेल	९१
भाग १९	पीडितांचा, बालकांचा आणि कुष्ठरुग्णांचा उद्धार	९६
भाग २०	विविध संस्थांची स्थापना	१०२
भाग २१	सेवेचं मूळ उद्दिष्ट	१०८
भाग २२	सेवा आणि क्षमा	११३
भाग २३	संतपदाची उपाधी	१२०
भाग २४	मदर टेरेसा यांचे प्रेरणादायी विचार	१२६

निःस्वार्थ सेवेचं प्रतीक
शुद्ध प्रेमाचा आरसा

★★★

वेगवेगळ्या वनश्रीने नटलेला एक बगीचा होता. तिथे फेरफटका मारायला येणारे लोक, तेथील बहरलेल्या फुलांचं खूपच कौतुक करत; परंतु त्या वृक्ष-झाडांवरील पानांविषयी मात्र कोणीच काही बोलत नसे. मात्र तेथील एका झाडाचं एक पान नेहमी हाच विचार करत असे, 'इथे येणारे लोक केवळ फुलांचंच का कौतुक करत असतात? आमचं कौतुक कोणीच कसं करत नाही!' या विचारांमुळेच ते अस्वस्थ होत असे. शेवटी दुःखी मनाने त्याने एके दिवशी ईश्वराकडे प्रार्थना केली, 'हे ईश्वरा, मला माझ्या अस्तित्वविषयी काहीतरी सांग किंवा ते पुसून तरी टाक.' याचाच अर्थ, एक तर त्याला आपली स्वतंत्र ओळख हवी होती, किंवा या जगात त्याला राहायचंच नव्हतं. शेवटी ते इतकं मरगळून गेलं, की अखेर त्याच्यातील या नैराश्याच्या भावनेने प्रार्थनेचं रूप धारण केलं.

कालांतराने त्या बगीच्यामध्ये मोठं वादळ आलं, त्यामुळे ते पान झाडावरून गळून नदीत पडलं. त्याचवेळी त्याचं लक्ष नदीतून वाहत जात असलेल्या एका मुंगीकडे गेलं. खरंतर पाण्याच्या प्रचंड प्रवाहामुळे ती बुडू

लागली होती. पण काही क्षणांतच ती मुंगी त्या पानाजवळ आली आणि तिची ती असहाय अवस्था पाहून त्या पानाने तिला आश्रय दिला. तिला आपल्या पृष्ठभागावर बसवून घेतलं. आता दोघे एकत्र मिळूनच पुढचा प्रवास करू लागले. असाच काही काळ व्यतीत झाला आणि त्यांना किनारा मिळाला. तिथे त्या पानाने मुंगीला सुरक्षितरीत्या पाण्याबाहेर काढून जमिनीवर ठेवलं. पानाच्या या सहकार्याबद्दल मुंगीने त्याचे खूप आभार मानले आणि त्याला मनापासून धन्यवाद दिले.

मुंगीला नदीतीरावर उतरवल्यानंतर त्या पानाला प्रथमच एका आगळ्या-वेगळ्या आनंदाची अनुभूती होऊ लागली होती. मात्र आपल्याला असं का होतंय, हेदेखील त्याला नीट समजत नव्हतं. आयुष्यात त्याच्याकडून पहिल्यांदाच असं निःस्वार्थ कर्म घडलं होतं. म्हणून या आनंदात रममाण होऊनच त्याने ईश्वराकडे प्रार्थना केली, "देवा, मला कोणत्या गोष्टीमुळे आनंद होतोय, हे काही मला ठाऊक नाही; पण आता मला माझं महत्त्व समजलंय. शिवाय माझ्या हे लक्षात आलंय, की वाहत्या पाण्यात बुडत असलेल्या सूक्ष्म जीवांना मदत करणं, हेच खरंतर माझ्या जीवनाचं उद्दिष्ट आहे. आता माझ्या जीवनाच्या अंतापर्यंत मी हीच सेवा करत राहीन. मला माझ्या जीवनाचं उद्दिष्ट दिल्याने, हे ईश्वरा, तुझे खूप खूप आभार," अशा शब्दांत कृतज्ञता व्यक्त करत त्याने ईश्वराचे आभार मानले.

या गोष्टीवरून आपल्या हे लक्षात येऊ शकेल, की निःस्वार्थ सेवेमुळेच त्या पानाला आपली खरी ओळख मिळाली. म्हणजेच या भूतलावरील आपल्या अस्तित्वाचं कारण त्याला समजलं. आपण या जलप्रवाहावर तरंगत राहून कित्येक सूक्ष्म जीवांना साहाय्यभूत होऊ शकतो, या त्याच्या क्षमतेची जाणीव त्याला झाली. म्हणून कोणाला जर त्या पानाचं नाव जाणून घेण्याची उत्सुकता जागृत झाली असेल, तर आपण त्याला खुशाल 'मदर टेरेसा' यांचा पत्ता देऊ शकता.

या जगात बहुसंख्य लोक केवळ स्वतःसाठीच जगत असतात. परंतु इतिहासात अशाही काही महान व्यक्ती होऊन गेल्या, ज्यांनी आपली संपूर्ण हयात दीन-दुबळ्यांच्या; व्याधिजर्जर, असहाय, दुःखी आणि गरिबांच्या सेवेसाठीच अर्पित केली. अशा महान व्यक्तींपैकीच एक आहेत- संत मदर तेरेसा. त्यांच्याकडून घडलेली प्रत्येक सेवा ही

निःस्वार्थ कर्माचं प्रतीक आहे. जणू निसर्गाकडूनच त्या हे सर्व काही शिकल्या होत्या.

या चराचर सृष्टीतील सूर्य, चंद्र, ढग, समुद्र, पर्वत, वृक्ष... इत्याही हे सारे एकत्रितपणे आपल्याला निःस्वार्थ सेवेचाच बोध देत असतात. उदाहरणार्थ- एखादा वृक्ष हा वर्षानुवर्षे अत्यंत कडक ऊन, वादळ, तसंच धुवाधार पावसाचे तडाखे सहन करत असतो. त्याला कापून टाकणाऱ्यांना, तसंच जाळणाऱ्यांनादेखील तो आपली शीतल छायाच देत असतो. स्वतःला कापून टाकलं तरी इतरांसाठी मात्र त्यांच्या घरांच्या चौकटी, वासे, दरवाजे, खिडक्या, तसंच भिंती बनून त्यांचं संरक्षण करत असतो. चुलीत स्वतःला जाळून घेऊन इतरांसाठी सुग्रास अन्न शिजवत असतो. यज्ञकुंडात स्वतःची आहुती देऊन यज्ञ संपन्न करत असतो. इतकंच काय, पण अंत्यसंस्कारांवेळीही तो सर्वांची सोबत करत असतो. त्याला दगड मारणाऱ्यालाही तो आपली पक्व फळं देत असतो. शिवाय लहान मुलांसाठी पेन्सिल, विद्यार्थ्यांसाठी टेबल, तरुणांसाठी रोजगार आणि वृद्धांसाठी आधाराची काठी बनत असतो.

मदर टेरेसा यांचं जीवनही अशा निसर्गाहून वेगळं असं नाही. दीन-दुबळे आणि सामाजिक अवहेलनेशी संघर्ष करत असलेल्या लोकांना त्यांनी एखाद्या मातेसमान निःस्वार्थ प्रेम दिलं. आपली परिचारिकेची भूमिका योग्य प्रकारे पार पाडत असताना कुष्ठरोगी, वृद्ध, अपंग आणि गरीब विद्यार्थ्यांसाठी त्या ईश्वराचं प्रतिरूपच ठरल्या. ज्या कुष्ठरुग्णांच्या जखमांवर माश्या घोंगावत असत, जे प्रत्येक दिवशी मृत्यूची प्रतीक्षा करत असत, ज्यांना समाजाने बहिष्कृत केलेलं असायचं, ज्यांच्या जवळ जाण्याचीसुद्धा सर्वसामान्य मनुष्याला इच्छा होत नसे, अशा लोकांना मदर टेरेसांनी केवळ स्पर्शच केला नाही, तर त्यांची सेवा-शुश्रूषाही मनापासून केली. त्यांच्या मनात जगण्याची ऊर्मी पुन्हा निर्माण केली. कारण त्यांचा एकच धर्म होता- मानवसेवा! हीच त्यांची शक्ती होती, बळ होतं आणि हेच त्यांच्या जीवनाचं उद्दिष्टदेखील!!

स्त्री ही खूपच कोमल, संवेदनशील हृदयाची असते, असं म्हणतात. एखादी आपत्ती आली तरी ती डगमगून जाते, भयभीत होते. मात्र मदर टेरेसा कोमल हृदयी, हळव्या असल्या तरी, त्याचबरोबर त्या साहसीही होत्या. त्यांच्या या सेवाकार्यात असंख्य अडचणी आल्या; तरी कशाचीही तमा न बाळगता त्या आपल्या कार्यात स्वतःला अखंडपणे झोकून देत. खरंतर प्रत्येक चांगल्या कार्यात अडचणी या येतच असतात, परंतु त्यातूनही जो प्रामाणिकपणे कार्यरत राहतो, त्यालाच ईश्वर अथवा निसर्गाकडून पुढील मार्गक्रमणासाठी साहस, बळ प्राप्त होतं. मदर टेरेसांनी अशा अनेक अडचणींवर

आपल्या सेवेद्वारे, निष्ठापूर्वक आणि दृढतेने मात केली. त्यामुळेच आपल्या कार्यात त्या यशस्वी ठरल्या आणि शेवटच्या श्वासापर्यंत आपल्या उद्दिष्टपूर्तीसाठी झुंज देत राहिल्या. त्यांच्यातील असामान्य चिकाटी आणि सेवा-समर्पणभावनेने संपूर्ण विश्वाला निःस्वार्थ सेवेचा जणू काही धडाच दिला. त्या जिथे जिथे गेल्या, तिथे तिथे त्यांनी आपल्यातील निर्मळ प्रेमच सर्वांना बहाल केलं. त्यांच्या दृष्टीने सर्व दुःखी प्राणी एकसमान होते. त्या सर्वांच्या दुःखावर त्यांनी आपल्याकडील स्नेहरूपी मलमाचाच लेप लावला.

आज देहरूपाने जरी त्या अस्तित्वात नाहीत; तरी त्यांचं कार्य, त्यांची सेवा, निष्ठा आणि निरपेक्ष प्रेम आजही चिरंतन आहे, आपल्यासाठी प्रेरणास्रोत ठरतं आहे.

स्वतःला ईश्वराच्या हातातील दुभंगलेली पेन्सिल म्हणणाऱ्या मदर टेरेसा आयुष्यभर सेवाभावी इतिहास लिहीत राहिल्या. अशा जगत्जननीला कोटी कोटी प्रणाम!

हॅपी थॉट्स

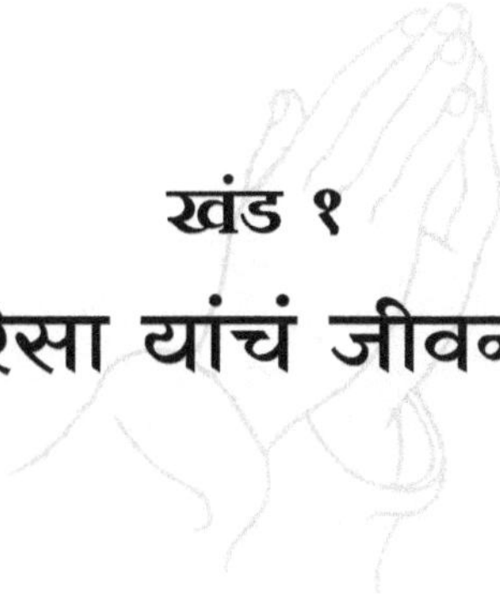

खंड १
मदर टेरेसा यांचं जीवन चरित्र

भाग १

बालपणाची एक झळक

जे आयुष्य इतरांसाठी उपयुक्त ठरत नाही
ते आयुष्यच नव्हे...

मानवी जन्म मिळणं ही संधी इतकी दुर्लभ आहे, ज्यासाठी देवताही आतुर असतात, असं म्हणतात. कारण या मानवी जन्मात मनुष्यात स्वतःला अभिव्यक्त करण्याची आणि पूर्णपणे विकसित होण्याची जी शक्यता दडलेली असते, ती प्रकट होते. ही अशी एक संधी आहे, जी मनुष्याला आनंदाची सर्वोच्च अवस्था प्राप्त करून देऊ शकते. परंतु खूपच थोडे लोक असे असतात, जे या संधीचा पूर्णपणे लाभ घेऊन या जगतावर आपला ठसा उमटवून जातात. मदर टेरेसा हे नाव त्या मोजक्याच लोकांपैकी एक आहे, ज्यांनी मानवी जीवनातील सर्वोच्च शिखर प्राप्त करून आपल्या जीवनाचं सार्थक केलं.

वास्तविक खऱ्या अर्थाने जर एक संतुष्ट जीवन जगायचं असेल, तर केवळ स्वतःसाठीच जगणं श्रेयस्कर ठरणार नाही. आयुष्याचा हा प्रवास केवळ स्वतःसाठीच करण्यात कसला आलाय आनंद? म्हणूनच 'मी आणि माझं' या संकुचित दृष्टिकोनातून बाहेर पडून जीवनरूपी

अमूल्य संधी ओळखावी लागेल, जशी मदर टेरेसांनी ती ओळखली होती.

त्यांचं आयुष्यच हा एक असा प्रवास आहे, ज्याविषयी वाचल्यानंतर प्रत्येक मनुष्य त्यापासून प्रेरणा घेऊ शकतो. ज्या विपरीत परिस्थितीत कित्येक लोक जगण्याची आशाच सोडून देतात, त्याच स्थितीत आपलं उद्दिष्ट आणि निश्चयावर ठाम राहून प्रत्येक वादळास मदर सामोऱ्या गेल्या.

चला तर, प्रारंभापासूनच सुरुवात करून मदर यांचा जन्म आणि त्यांच्या बालपणाविषयी जाणून घेऊया.

मदर टेरेसा यांच्या वडिलांचं नाव होतं, निकोलस बोजाक्यू. त्यांचा विवाह ड्रेनफाइल बरनाय नावाच्या महिलेशी झाला होता. ते बांधकाम करणाऱ्या एका ठेकेदारी कंपनीचे मालक होते. त्यांच्या कंपनीने शहरातलं सर्वांत पहिलं थिएटर बांधलेलं होतं, ज्याचं नाव 'स्कोप्जे' असं होतं.

निकोलस आणि त्यांची पत्नी यांचं वैवाहिक जीवन म्हणजे उत्तम सुसंवादपूर्ण आणि आदर्श समन्वय यांचं एक उदाहरणच होतं. ते दोघेही एकमेकांना अतिशय उत्तम प्रकारे समजून घेत आणि नेहमी एकमेकांना साहाय्य करण्यास तत्पर असत.

विवाहानंतर काही कालावधीने, म्हणजेच सन १९०४ मध्ये या दाम्पत्याच्या घरी एक कन्यारत्न जन्माला आलं, जिचं नाव 'आगा' असं ठेवण्यात आलं. त्यानंतर तीन वर्षांनी, म्हणजेच १९०७ मध्ये त्यांच्या संसारवेलीवर एक पुत्ररूपी फूल उमललं, जो भविष्यात 'लजार' नावाने ओळखला जाऊ लागला. त्यानंतर काही वर्षांनी या वेलीवर सर्वांत छोट्या कळीचं आगमन झालं. २६ ऑगस्ट, सन १९१० हाच तो दिवस, ज्या दिवशी या जगातील प्रत्येक वर्गातील लोकांकडून 'माता' हा दर्जा प्राप्त झालेल्या, करुणामयी मदर टेरेसायांनी एका लहानग्या कन्येच्या रूपात या अवनीवर जन्म घेतला. आई-वडिलांनी या कन्येचं नाव 'ॲग्नेस' असं ठेवलं. परंतु सर्वजण तिला प्रेमाने 'गोंझा' असं म्हणत. गोंझा या शब्दाचा अर्थच मुळी 'कळी' असा होतो. अशा प्रकारे या तीन मुलांमुळे बोजाक्यू कुटुंब आनंदाने अगदी बहरून निघालं.

मदर यांच्या मातोश्री ड्रेनफाइल ही एक धार्मिक प्रवृत्तीची महिला होती. धार्मिक प्रवृत्ती आणि इतरांविषयी असलेले सद्‌भाव हीच त्यांची जनमानसातील प्रतिमा होती. ज्याप्रकारे धार्मिक पुस्तकांतून आयुष्य व्यतीत करण्याविषयी सांगितलं जातं, तशाच प्रकारचं आयुष्य त्या जगत होत्या. त्यांच्या घरून कोणीही कधीही रिक्त हस्ते परतत

नव्हतं. परिसरातील लोकांशीही त्या खूप प्रेमाने वागत असत. त्यांच्या याच आचरणाचा प्रभाव कुटुंबातील सर्व लहान मुलांवरही पडत असे.

निकोलस-गोंझा यांचे वडील स्वतःच एक मानवतावादी आणि मोकळ्या मनाचे असे सद्गृहस्थ होते. गरजवंतांस साहाय्य करण्यास ते नेहमीच तत्पर असत. त्यांच्यात असलेल्या याच सद्गुणांचे आचरण मदर टेरेसायांनी आयुष्यभर केलं. उदारता आणि सेवाभाव यांच बाळकडूच त्यांना लहानपणी आपल्या आई-वडिलांच्या वर्तनातून मिळालं.

त्यांच्या आई-वडिलांनी गोंझासहित सर्वच मुलांचं संगोपन करण्यात कोणतीही कसर बाकी ठेवली नव्हती. त्यांनी मुलांच्या बालपणापासूनच आदर्श जीवनाचे संस्कार दिले. 'कधीही कोणत्याही गोष्टीची चोरी न करणे, गरजवंतांस साहाय्य करणे, सुसंगतीत राहणे,' अशा सद्गुणांचा अवलंब करत करतच गोंझाचं बालपण बहरत होतं. गोंझाने जर कधी आपल्या भावंडांना मिष्टान्न चोरून खाताना पाहिलं, तर ती त्यांना सांगे, 'चोरी करणं हे पाप करण्यासमान आहे. ईश्वर चराचरात सामावलेला आहे, तो सर्व काही पाहात आहे, त्याच्या नजरेतून काहीही लपत नाही.' म्हणजेच, लहानपणापासूनच गोंझा कुटुंबीयांकडून मिळालेल्या संस्कारांनुसारच मदर जगत असे. अशा प्रकारे मदर यांचं बालपण प्रेम आणि कारुणामय वातावरणात व्यतीत झालं.

'मुलाचे पाय पाळण्यात दिसतात' असं म्हणतात. याच उक्तीनुसार वर्तणूक असणारी गोंझा जणू लहानपणापासूनच सद्गुणांचा पुतळा होती. भविष्यात त्यांच्याकडून घडणाऱ्या कार्याचा पाया इथेच रचला गेला. अतिशय मनमोकळ्या आणि प्रसन्न अशा वातावरणात त्यांचं लालनपालन झालं. परंतु या हसत्या-खेळत्या कुटुंबाला जणू काही नजर लागली आणि वर्षांतच एकापाठोपाठ एक अशा समस्यांना सामोरं जावं लागलं. याविषयी आपण पुढील भागात जाणून घेणार आहोत.

भाग २

जिज्ञासेचा जन्म

परिस्थिती जेव्हा आपल्या अनुकूल नसेल,
तेव्हा जीवापाड प्रयत्न करायला हवेत...

निसर्ग वेळोवेळी आपले विविध रंग दाखवत असतो. एका क्षणी शांत वाटणाऱ्या समुद्रात केव्हा वादळ घोंगावेल, हे कोणालाही समजू शकत नाही. वरवर शांत भासणारी धरणी दुभंगून, केव्हा ज्वालामुखीचा उद्रेक होईल, हेही सांगता येत नाही. अगदी अशाचप्रकारे एखाद्या हसत्या-खेळत्या मनुष्याच्या आयुष्यात कधी दुःखांचा डोंगर कोसळेल, हेही काही सांगता येत नाही. अशा प्रकारे काही वर्षं समाधानपूर्वक स्थितीत व्यतीत झालेलं मदर यांचं बालपण अचानकपणे अनेक समस्यांनी घेरलं गेलं.

वडिलांची छत्रछाया त्यांच्या कुटुंबावर अधिक काळ राहू शकली नाही. वडिलांच्या निधनसमयी गोंझा अवघी ७ वर्षांची होती. या घटनेमुळे जणू त्यांच्या कुटुंबाचा आधारस्तंभच हरवला होता. घरातील सर्वच सदस्यांवर या घटनेचा जबरदस्त मानसिक आघात झाला. वडिलांच्या मृत्यूनंतर त्यांच्या आईने तीनही मुलांच्या पालन-पोषणाची जबाबदारी पेलण्याचा प्रयत्न केला; परंतु पतीच्या मृत्यूचा

झालेला खोल आघात सहन न झाल्याने त्याही आजारी पडल्या. एकीकडे वडिलांच्या विरहाचं दुःख आणि दुसरीकडे आईचं आजारपण, यामुळे संपूर्ण घरालाच अवकळा आली, जणू काही संकटरूपी ढगांनी सर्वांना झाकोळून टाकलं.

मनुष्याच्या मृत्यूनंतर त्याच्यावर करण्यात येणाऱ्या अंत्यसंस्कारांच्या पद्धती सर्वत्र वेगवेगळ्या आहेत. हे अंत्यसंस्कार खूप पैसे खर्च करून अगदी डामडौलात करण्याच्या प्रथा काही ठिकाणी आजही अस्तित्वात आहेत. त्यावेळच्या प्रथेनुसार निकोलस यांच्यावरील अंत्यसंस्कारदेखील अगदी थाटामाटात करण्यात आले. परंतु त्यांच्या भागीदाराने मात्र लबाडीने निकोलसच्या मृत्यूनंतर त्यांचं सर्वकाही स्वतःच्या नावे करून घेतलं. त्यांच्या कुटुंबीयांसाठी काहीच शिल्लक ठेवलं नाही. त्यामुळे गोंझाच्या कुटुंबीयांचं आयुष्य अगदी पूर्णपणे बदलून गेलं.

काळ आपल्या गतीने पुढे जात राहिला. हळूहळू त्यांच्या आईने स्वतःला सावरलं आणि आपल्या मुलांच्या पालन-पोषणात स्वतःला मनापासून झोकून दिलं. आपल्या मुलांच्या गरजांची पूर्तता करण्यासाठी, तसंच उपजीविका चालविण्यासाठी त्यांनी विवाहप्रसंगी लागणारे पोशाख शिवण्याच्या कामाला सुरुवात केली.

वडिलांच्या मृत्यूचा गोंझाच्या मनावर खोल परिणाम झाला होता. ती नेहमी एकांतात बसून विचार करत असे, आपले वडील आपल्याला सोडून कुठं आणि का बरं गेले असावेत? असं ते कोणतं स्थान आहे, जिथे गेल्यानंतर कोणीही परतून पुन्हा कधी येऊ शकत नाही? मृत्यूविषयीचे असे कित्येक प्रश्न तिला नेहमी त्रस्त करत असत; परंतु त्यांची उत्तरं मात्र तिला कधीही मिळत नसत. खरंतर कित्येक लोक तिला समजावत असत, की तुझे वडील देवाघरी गेले आहेत. पण त्यावर ती त्यांना विचारत असे, 'ईश्वर चांगल्याच लोकांना स्वतःकडे का बरं बोलावून घेतो?' तेव्हा ते लोक म्हणत, 'ईश्वरालासुद्धा चांगल्या माणसांची गरज असते, त्यामुळे तो या जगातल्या चांगल्या लोकांना स्वतःकडे बोलावून घेतो.' परंतु अशा हप्रकारची तात्पुरती समाधान देणारी उत्तरं जरी मिळाली तरी ती मनोमन दुःखीच राहत असे.

आपल्या वडिलांच्या आठवणींनी व्याकूळ होऊन ती जेव्हा रडत असे, त्यावेळी तिची आई तिला समजावत म्हणायची, ''गोंझा, या जगात जन्मास येणाऱ्या प्रत्येक व्यक्तीला कधी न् कधीतरी हे जग सोडून जावंच लागतं. ईश्वराद्वारे मिळालेल्या या जीवनाचा अंत कधीही होऊ शकतो, त्यामुळे आपल्याला मिळालेल्या या आयुष्यात तू लोकांना इतका आनंद वाट, की तुझ्या पश्चात त्यांना सदैव तुझी आठवण येत राहावी.

जीवन आणि मृत्यूचं हे चक्र तर युगानुयुगे असंच अखंड सुरू आहे आणि यापुढेही ते असंच सुरू राहणार आहे. त्यामुळे ईश्वराने सर्वांच्याच वाट्याला त्यांच्या स्नेहीजनांचं उदंड प्रेम द्यावं आणि त्यांचं आयुष्य सुख-समृद्धीने परिपूर्ण करावं, अशीच प्रार्थना आपण त्याच्याकडे करायला हवी.''

आपल्या आईच्या तोंडून निघालेली अशा प्रकारची वाक्यं ऐकून गोंझाला जीवनाविषयीच्या काही गूढ गोष्टींविषयी जाणवू लागलं. तिची आई केवळ तिची समजूत घालण्यापुरतंच असं बोलत नसे, तर ती वेळोवेळी आपल्या मुलांना भौतिक जीवनाशी संबंधित विविध विषयांवर मार्गदर्शनही करत असे. त्यांना प्रेम, करुणा आणि ज्ञान-विज्ञानाविषयीच्या मौलिक गोष्टी सांगत असे.

आईच्या उपदेशाने हळूहळू गोंझाच्या मनःस्थितीत परिवर्तन होऊ लागलं होतं. आणि ती तिच्या मार्गदर्शनानुसार आपलं जीवन जगण्याचा प्रयत्न करू लागली. तिला जेव्हा एखादी दीन-दुबळी अथवा पीडित-दुःखी व्यक्ती दिसे, तेव्हा ती त्याच्याविषयी अधिकाधिक जाणून घेण्याचा प्रयत्न करत असे. या व्यक्तीच्या निस्तेज डोळ्यांत आशेचे प्रकाशकिरण कसे निर्माण करता येतील, याचाच विचार ती सतत करत असे. ती त्या व्यक्तीच्या दुःखाविषयी, त्रासाविषयी समजून घेण्याचा प्रयत्न करून वेळोवेळी या विषयावर आपल्या आईशी सल्ला-मसलतही करत असे.

कुटुंबातील शेंडेफळ असतानाच गोंझा ही सर्वांची लाडकीदेखील होती. अभ्यासाव्यतिरिक्त तिला गायनाचाही छंद होता. एके काळी, गोंझा आणि तिची मोठी बहीण आगा या एका चर्चमधील मुख्य गायिका होत्या. त्या दररोज नियमितपणे तिथे जाऊन चर्चमधील दैनंदिन कामकाजात सक्रिय होत. त्या पूर्ण श्रद्धा आणि भक्तिपूर्वक प्रार्थना गीत म्हणत असत.

गोंझा आणि तिच्या भावंडांचं एकमेकांवर खूप प्रेम होतं. लाजार हा एक सर्वसाधारण असाच मुलगा होता. पण तो अधिकांश वेळ बहुधा घराबाहेर आपल्या मित्रांबरोबरच घालवत असे. मग पुढे तो सैन्यदलात भरती झाला, तिथे त्याला लेफ्टनंट सदस्याचं पद मिळालं. त्याने अत्यंत आनंदाने एक पत्र पाठवून गोंझाला ही बातमी दिली. त्याच्या उत्तरादाखल गोंझाने लिहिलेल्या पत्रात म्हटलं, 'तू राजाच्या केवळ २० लाख लोकांचीच सेवा करू शकशील; परंतु मी मात्र या विश्वाच्या राजाची सेवा करेन.' लहानपणीच मुखातून निघालेली ही वाक्यं भविष्यात गोंझाने खरीही करून दाखवली.

धार्मिक वातावरणात लालन-पालन आणि आईचे सकारात्मक-प्रेरणादायी

विचार यांच्या सखोल परिणामामुळेच की काय, मदर टेरेसायांनी आपलं संपूर्ण आयुष्य गोरगरीब व दु:खी-पीडितांच्या सेवेत व्यतीत केलं.

ज्यांना यशस्वितेने वरलं आणि सुख-संपन्न आयुष्य जगता आलं, असे कित्येक लोक त्यांच्या बालपणी असंख्य यातनांना सामोरं गेले होते, अशी कितीतरी उदाहरणं या जगात अस्तित्वात आहेत. मदर यांनादेखील त्यांच्या वडिलांच्या मृत्यूनंतर खूप खडतर असं आयुष्य जगावं लागलं, अथक संघर्ष करावा लागला. परंतु या काळातच त्यांच्यातील वैचारिकतेचा पाया अधिकाधिक भक्कम होत गेला आणि त्यांना आपल्या आयुष्याचं उद्दिष्ट स्पष्ट होत गेलं.

आज जिथे असंख्य लोक आपल्या अपयशाचं खापर अडचणींवर फोडतात आणि संपूर्ण आयुष्य रडतखडत घालवतात, तिथे मदर टेरेसायांनी त्यांच्या आयुष्यात आलेल्या प्रत्येक संकटावर मात करून त्यांचा सामना अत्यंत खंबीरपणे केला. वडिलांच्या मृत्यूने त्यांना कमकुवत नव्हे, तर अधिकच सशक्त बनवलं, मृत्यूसारख्या गूढ विषयावर विचार करण्यासाठी विवश केलं. याच कालावधीत त्यांच्या मनात प्रेम, करुणा, सेवा यांचे अंकुर फुटण्यास प्रारंभ झाला. लहान वयातच त्यांनी मानवतेच्या कल्याणाची ती स्वप्नं पाहिली, जी भविष्यात साकार झाली. ही किमया कशी साधली गेली, हे जाणून घेण्यासाठी, चला पुढच्या वाचनात सातत्य ठेवू या.

भाग ३

संवेदनशीलतेकडून संकल्पाकडे

**या जगात चांगुलपणाचे अनेक मार्ग उपलब्ध आहेत
पण त्यांवरून मार्गक्रमण करण्याची इच्छा तर असायला हवी ना...**

गोंझाचं कुटुंब अपयशामुळे दुःखी होऊन रडत बसणाऱ्यांपैकी निश्चितच नव्हतं. पतीचं निधन आणि आर्थिक विपन्नावस्था असली तरी त्या मातेने आपल्या मुलांचं पालन-पोषण, संगोपन अगदी मनापासून आणि कष्टपूर्वक केलं. घरातील सर्व कामं करत असतानच त्या दररोज, अगदी नियमितपणे आपल्या मुलांची शिकवणीही घेत असत. त्याचबरोबर शेजारपाजारच्या गरीब महिलांची देखभालही त्या काळजीपूर्वक करत असत आणि त्यांना मदतही करत असत. त्यांच्या शेजारीच एक गरीब विधवा स्त्री राहत असे, जिला सहा मुलं होती. गोंझाची आई नेहमी तिच्याकडे जाऊन तिला तिच्या कामांत मदत करत असे. कधी कधी घराचा व्याप अधिक असल्याने ती जर जाऊ शकली नाही, तर अशा वेळी ती गोंझाला त्यांच्याकडे पाठवून देई. गोंझाला ही कामं करताना खूपच आनंद मिळत असे.

एके दिवशी अचानक त्या विधवा स्त्रीचा मृत्यू झाला, त्यामुळे गोंझाच्या आईने त्या सहा मुलांच्या पालन- पोषणाची जबाबदारी

स्वतःकडेच घेण्याचा निश्चय केला. खरंतर हा निर्णय म्हणजे आपली मुलगी गोंझा हिच्या आयुष्याच्या अंतिम उद्दिष्टाचा प्रारंभ असेल, ही सेवाच तिच्यासाठी प्रेरणास्रोत ठरेल, याची जाणीवही त्यावेळी त्यांना नव्हती. कळत-नकळत का होईना, आपल्या या कृतीने त्या आपल्या मुलीवर संस्कारांचा असा बहुमूल्य खजिना लुटत होत्या, जो एके दिवशी जगातल्या असंख्य दीन-दुबळ्या, असहाय लोकांवर उधळला जाणार होता.

हल्लीच्या जगात जिथे आई-वडील आपल्या मुलांशिवाय इतर कोणाचा विचारही करू शकत नाहीत, अशा स्थितीत गोंझाच्या आईचं विशाल हृदय अगदी स्पष्टपणे जाणवतं. तीन-तीन मुलांचं एकटीने पालन-पोषण करणे, खरंतर ही बाबच त्यांच्यासाठी खूप मोठी तारेवरची कसरत होती; पण तरीही त्या आपल्या मुलांच्या संगोपनासह, शेजारपाजारच्या गरजवंतांनाही मदत करत होत्या. त्यांच्यातील परोपकार आणि निःस्वार्थ सेवेचा हा सद्गुण लहानपणापासूनच मदर टेरेसायांच्या रक्तात भिनू लागला.

हा असा काळ होता, जेव्हा गोंझाच्या वयाच्या इतर मुली आपलं बालपण मौज- मस्ती करण्यात, खेळण्यात-बागडण्यात घालवत असत. परंतु गोंझाच्या मनाचा कल मात्र अध्यात्म आणि मानवतेच्या कल्याणाकडेच झुकू लागला होता. बालवयातच तिला मानवी जीवनाशी निगडित व्यथा-वेदना अगदी जवळून अनुभवायला मिळाल्या. आईकडून जीवनाविषयी सांगितल्या गेलेल्या काही गोष्टींचा प्रभाव तिच्या मनमस्तिष्कावर इतका प्रचंड झाला होता, जणू तिचं व्यक्तिमत्त्व अंतरंगातूनच एका विशिष्ट साचेबद्ध रीतीने आपोआप घडू लागलं होतं, उमलू लागलं होतं. त्यामुळे लहानपणापासूनच जनसेवेच्या इच्छेने तिला भारावून टाकलं होतं.

सेवा या शब्दाचे दोन अर्थ होतात. पहिला- सेवा म्हणजे असं कर्म, जे केवळ इतरांच्या हितासाठी, अर्थात निःस्वार्थ भावनेने केलेलं असतं. दुसरा- अशा काही क्रिया, अशी कर्मं, जी केल्याने स्वतःला आनंदाची अनुभूती होते! आपल्या कर्मांना निःस्वार्थ सेवा बनविण्यासाठी मदर यांना वेगळं काही करण्याची गरजच कधी भासली नाही. त्यांचं प्रत्येक कर्म अनायास सेवेचं रूप धारण करत होतं. कारण त्याच्याशी निगडित होती त्यांची आस्था, निःस्वार्थ प्रेम आणि योग्य समज! ज्याची प्रेरणा त्यांना सीसो नावाच्या एका व्यक्तीच्या चरित्रवाचनातून मिळाली होती.

सीसो यांच्याकडून प्रेरणा

सीसो हे एका धनिकाचे पुत्र असले तरीही, ते अत्यंत आदर्श आणि प्रामाणिक

सद्गृहस्थ होते. रस्त्यात दिसणारे भिकारी आणि गरजवंत यांना ते नेहमीच मदत करत. एकदा तर त्यांनी एका भिकाऱ्याला आपल्या खिशातील सर्वच पैसे देऊन टाकले. वास्तविक तो भिकारी त्याच्या कुटुंबीयांकडून धुडकावला गेलेला होता. त्याच्या शरीरावर जागोजागी कोडाच्या जखमा झालेल्या होत्या, त्यामुळे त्याचे कुटुंबीय त्याला स्वतःबरोबर ठेवू इच्छित नव्हते. सीसो त्याला आपल्यासोबत घरी घेऊन आले आणि त्याची मनापासून सेवा केली. त्याच्या जखमा धुऊन स्वच्छ केल्या आणि त्यावर मलमपट्टीही केली. या घटनेनंतर दीनदुबळ्यांची, पीडितांची सेवा करणं, हेच त्यांच्या आयुष्याचं ध्येय बनलं.

सीसो यांच्या वडिलांना मात्र त्यांची ही सेवेची पद्धत मुळीच आवडत नसे. त्यांना वाटे, की सीसोने आपल्या उद्योग-व्यवसायात आपली मदत करावी. परंतु सीसो मात्र निराधार आणि असहाय लोकांची सेवा-शुश्रूषा करण्यातच आनंद मानत असे, स्वतःला धन्य समजत असे.

एकदा सीसो यांच्या वडिलांनी व्यापारासंबंधीच्या काही कामानिमित्त त्यांना दुसऱ्या शहरात पाठवलं. जाताना त्यांच्यासोबत बरंच साहित्य घोडा-गाडीवर लादून नेण्याचीही व्यवस्था केली. सीसो यांनी त्या शहरात जाऊन त्या साहित्याची विक्री केली आणि मिळालेलं सर्व धन घेऊन ते पुन्हा आपल्या घराच्या दिशेने निघाले. रस्त्यात त्यांना जीर्णावस्थेतील एक चर्च दिसलं, जिथे अनेक कुष्ठरुग्ण राहत असत. त्यांची ती दयनीय अवस्था पाहून सीसो मनोमन दुःखी झाले आणि त्यांच्या मनात विचार आला, व्यापारात कमावलेल्या या धनाचा सदुपयोग करून, ढासळलेल्या अवस्थेतील या चर्चचं पुनर्निर्माण का बरं करू नये? त्यांच्या वडिलांना जेव्हा ही गोष्ट समजली, तेव्हा ते प्रचंड संतापले आणि त्या अवस्थेतच ते तिथे येऊन पोहोचले. सीसोंवर ओरडत ते म्हणाले, ''जे धन तू निरर्थक कामांवर व्यर्थ खर्च करत आहेस, ते माझं आहे... माझं मला देऊन टाक...''

वडिलांच्या तोंडून निघालेले हे कटू शब्द ऐकून, सीसो यांनी लगेच ते सर्व धन त्यांच्या हवाली केलं. जन्मदात्याकडून अशा प्रकारे धिक्कारलं गेलं तरी त्यांना वाईट वाटलं नाही. उलट, एखादा मनुष्य इतका असंवेदनशील कसा असू शकतो, याबद्दल त्यांची दयाच आली.

त्यानंतर त्यांनी आपल्या वडिलांशी नातेसंबंध तोडून टाकले आणि ते त्या गरीब कुष्ठरुग्णांसोबतच राहू लागले. कोणत्याही परिस्थितीला सामोरं जावं लागलं तरी चालेल;

पण या चर्चचा जीर्णोद्धार करायचाच, असा ठाम निश्चय त्यांनी आपल्या मनाशी केला.

मग काय, ते एखाद्या भिक्षुकासारखं लोकांच्या दरवाजांवर जात आणि भिक्षेत त्यांना जी शक्य असेल ती मदत करण्याची विनंती करत. लोकांनीही त्यांना लाकूडफाटा, दगड, लोखंड, कपडे, पैसे, तसंच इतरही काही सामग्री देण्यास सुरुवात केली. त्यामुळे चर्चच्या जीर्णोद्धाराच्या कार्यास प्रारंभ झाला. ते काम पाहून लोकांनी आधीपेक्षाही जास्त आणि प्रसन्न मनाने देणग्या देण्यास प्रारंभ केला. काही काळातच चर्चची नूतन इमारत उभी राहिली आणि सीसोदेखील इतर कुष्ठरुग्णांसोबत तिथेच राहू लागले.

त्यानंतर सीसो यांनी एक संघटना स्थापन केली, जिचा मुख्य उद्देश होता- असहाय, गरीब, तसंच आजारी लोकांची सेवा-शुश्रूषा करणे. कित्येक श्रीमंत लोकांनी, तसंच इतरही काही सहकाऱ्यांनी त्यांना या कार्यात साथ दिली आणि मानवतेच्या कल्याणासाठी सीसो यांच्याकडून केल्या जात असलेल्या प्रयत्नांबाबत त्यांचं तोंड भरून कौतुकही केलं. अशा प्रकारे सीसो यांनी आपलं संपूर्ण आयुष्य दीन-दुबळ्यांची सेवा करण्यातच व्यतीत केलं. त्यांच्या मृत्यूनंतरही त्यांनी स्थापन केलेली ही संघटना पूर्वीप्रमाणेच कार्यरत आहे.

गोंझाच्या मनावर सीसो यांच्या जीवन चरित्राचा इतका सखोल परिणाम झाला, की त्यानंतर त्यांना जेव्हा कोणी कुष्ठरुग्ण दिसे, तेव्हा त्या लगेच त्याच्या जखमा स्वच्छ करून त्यावर मलम-पट्टी करू लागत. 'आपणसुद्धा सीसो यांच्यासारखंच आपलं संपूर्ण आयुष्य दीन-दुबळ्यांची सेवा करण्यातच घालवायचं,' असा जणू काही त्यांनी संकल्पच केला होता. 'सेवा करणं हाच माझा परम धर्म असेल. मीसुद्धा अशी एक संघटना तयार करेन, ज्या संघटनेत रुग्णांवर उपचार केले जातील आणि निराश्रितांना आश्रय दिला जाईल,' असा त्यांनी मनोमन निश्चयच करून टाकला.

रंजले-गांजलेल्या त्रस्त लोकांच्या गर्दीत गोंझाचा हा निश्चय खरोखरच कौतुकास्पद होता. खरंतर त्यांचं वय तसं लहानच होतं, पण त्यांचा निश्चय मात्र दृढ होता, बुलंद होता. मग काय, आपल्या उद्दिष्टपूर्तीचा हा प्रवास गोंझासाठी अगदी सहज-सोपा ठरला का? नक्कीच नाही! तरीही त्यांच्याकडून अशा मार्गाची निवड करण्यात आली. कारण, इतरांची दुःखं दूर करण्यातच त्यांनी आता आपलं सुख शोधलं होतं.

भाग ४

दृढ निश्चय

ईश्वर नेहमी अशाच लोकांची मदत करतो,
जे स्वतःसह इतरांच्या मदतीसाठी नेहमी तत्पर असतात...

उत्साहाच्या भरात कित्येकदा मनुष्य मोठमोठे संकल्प तर करून टाकतो; पण विचारांत ठामपणा नसल्याने ते अर्ध्यातच सोडून देतो. मात्र मदर यांच्या चरित्राचं वैशिष्ट्यच हे होतं, की आयुष्याच्या प्रत्येक वळणावर त्यांना संकटं, समस्या आणि आपल्या उद्दिष्टापासून विचलित करणाऱ्या, बाधा ठरणाऱ्या कित्येक प्रसंगांना सामोरं जावं लागलं. पण तरीही त्या आपल्या उद्दिष्टपूर्तीबाबत कधीही साशंक नव्हत्या, पूर्णपणे समर्पित होत्या. कोणतीही विपरीत परिस्थिती त्यांना आपल्या उद्दिष्टापासून दूर करू शकली नाही. वाढत्या वयाबरोबरच त्यांच्या या सेवा-यात्रेलाही निरनिराळी वळणं मिळाली.

गोंझा जेव्हा आपलं शिक्षण पूर्ण करत होती, तेव्हा युगोस्लावियामध्ये अशा प्रकारच्या कितीतरी संघटना (मिशन) होत्या. त्यांनी सामाजिक सेवाभावी कार्यात स्वतःला वाहून घेतलं होतं. या संघटनांत कार्यरत असणारे सदस्य संघटनेच्या कार्याविषयी वेळोवेळी आपल्या प्रियजनांना सांगत असत. अशाच प्रकारच्या एका संस्थेचे

जनक (फादर जेंब्रेकोविक) यांचं गोंझाच्या कुटुंबीयांशी खूप जवळचं नातं प्रस्थापित झालं होतं. ते अधूनमधून त्यांना भेटायला येत आणि मिशनरी संस्थांच्या वेगवेगळ्या कार्यांविषयी त्यांना माहिती देत असत. एकेदिवशी बोलता बोलता फादर यांनी सांगितलं, की त्यांच्या मिशनरीत कार्यरत असणारी एक समाजसेविका (नन्स) बंगालमधील काही भागांत जाऊन तेथील गरीब, असहाय लोकांना मदत करण्यास सक्रिय आहे. हे ऐकून गोंझाच्या मनात त्या नन्सविषयी अधिक जाणून घेण्याची उत्सुकता निर्माण झाली. त्यांनी फादर यांना विचारलं, ''नन्स म्हणजे कोण आणि ती काय काम करत असते?''

त्यावर फादर उत्तरले, ''आपल्या संघटनेत प्रत्येक धर्मगुरूच्या (पादरी) वर एक वरिष्ठ दर्जाचे धर्मगुरू असतात आणि अशा सर्व धर्मगुरूंच्या वर पोप असतात. आपल्या धर्मात धर्मगुरूंना (पाद्र्यांना) विवाह करण्याची परवानगी नसते. त्यामुळे त्यांना आयुष्यभर ब्रह्मचर्याचं पालन करावं लागतं. अशाच प्रकारे आमच्या संघटनेच्या महिला सेविकांना 'सिस्टर्स' अथवा 'नन' असं म्हटलं जातं. ज्या स्त्रीमध्ये नन बनण्याची इच्छा असते, तिलाही आपलं संपूर्ण आयुष्य धर्माच्या नावे समर्पित करावं लागतं. शिवाय आजन्म कुमारिकाच राहण्याची प्रतिज्ञा करावी लागते. कॅथॉलिक संघटनांद्वारे चालविल्या जाणाऱ्या शिक्षण संस्थांमध्ये या सिस्टर्सच अध्यापनाचं कार्य करत असतात.''

फादरच्या तोंडून निघालेल्या प्रत्येक शब्दाने गोंझाच्या हृदयावर आपली मोहोर उमटवली, त्यामुळे तिने मनोमन नन बनण्याचा निश्चय केला. आपणही भारतात जाऊन लोकांची सेवा करावी आणि त्यांना आधार द्यावा, असं तिला वाटू लागलं. तिच्या मनात समाजसेवी लोकांविषयी, तसंच संत-माहात्म्यांविषयी जिज्ञासा वाढू लागली. म्हणून तिने अधिक सखोलपणे त्यांच्याविषयी अध्ययन करण्यास सुरुवात केली. सीसो यांच्याविषयी तर ती आधीपासूनच जाणत होती त्यानंतर तिने युगोस्लाव जेस्विट्ज नावाच्या आणखी एका समाजसेवकाविषयीही वाचलं, ज्यांनी बंगालला जाऊन लोकांची मदत केली होती. शिवाय आपलं संपूर्ण जीवन त्यांच्या सेवेसाठीच समर्पित केलं होतं.

या सर्व गोष्टींनी प्रेरित झाल्याने गोंझाने जेव्हा आपल्या आईसमोर नन बनण्याची इच्छा प्रदर्शित केली, तेव्हा आईने तो तिचा बालिशपणा, बालहट्ट समजून तिच्याकडे दुर्लक्षच केलं. परंतु काळासोबत तिचा तो नन बनण्याचा निर्णयही अधिकाधिक दृढ होत गेला. अखेर त्यांनी ठाम निश्चय केलाच, की 'काहीही झालं तरी, मी माझा अंतर्मनाचा आवाज ऐकणारच, जो मला लोकांची सेवा करण्याविषयी प्रवृत्त करत आहे.'

एकेदिवशी गोंझाने आपलं मनोगत फादर जेंब्रेकोविक यांच्यासमोर प्रकट केलं. फादर यांनी जेव्हा या १८ वर्षांच्या गोंझाच्या मुखातून नन बनण्याची गोष्ट ऐकली, तेव्हा ते केवळ इतकंच म्हणाले, ''तू नन बनून लोकांची सेवा करणं, हीच जर ईश्वराची इच्छा असेल, तर मग त्यापासून तुला रोखणारा मी कोण? जा माझ्या मुली, इतरांची सेवा करण्यातच आपलं जीवन सार्थकी लाव. माझे आशीर्वाद सदैव तुझ्यासोबत असतील.''

गोंझाला मिशनरी जीवन, तसंच त्याच्याशी संबंधित अनेक बाबींविषयी आधीपासूनच खूप काही ठाऊक होतं. ती हळुवार मनाची तर होतीच, त्याचबरोबर तिच्यात सेवाभावही ओतप्रोत भरलेला होता. त्यामुळे तिने जेव्हा दुसऱ्यांदा आपला निर्णय आईला ऐकवला, तेव्हा आईला आश्चर्याचा धक्काच बसला. आपली तरुण मुलगी एकटीच स्वतंत्रपणे घराबाहेर पडून दुसऱ्या देशात राहायला जाणार, या जीवघेण्या कल्पनेनेच तिचा थरकाप उडाला. तिच्या मनात अनेक विचार वादळाप्रमाणे घोंगावू लागले. 'आपली साधी-भोळी, निरागस मुलगी आपलं घर, कुटुंब सोडून जाणार; न जाणो तिथं तिला कोणकोणत्या प्रसंगांना सामोरं जावं लागेल, ती कशा अवस्थेत राहील आणि काय खाईल? एकदा नन झाल्यानंतर मग पुन्हा वैवाहिक जीवनाचा विचारही ती करू शकणार नाही...' असे अनेक त्रस्त करणारे विचार तिला सतावू लागले.

परंतु जेव्हा त्यांनी गोंझाच्या डोळ्यांत तिच्या निर्णयाबद्दलचा दृढ आत्मविश्वास पाहिला, तेव्हा त्यांना आपल्या या मुलीत, जगातील सर्व समस्यारूपी चक्रव्यूह भेदून स्वतःचा असा मार्ग बनविण्याची अद्भुत शक्ती असल्याचं जाणवलं. शेवटी आनंदाने त्यांनी गोंझाला तिचं स्वप्न साकारण्याची परवानगी दिली. त्याचबरोबर तिला आशीर्वाद देत म्हटलं, ''हे बघ गोंझा, आता जर तू नन बनण्याचा निर्णय घेतलाच आहेस, तर मी तुला अडवणार नाही. आता तू स्वतःला ईश्वराच्या स्वाधीन कर, तो प्रत्येक संकटात तुझी मदत करेल. तू जेव्हा जेव्हा मनापासून, तळमळीने त्याला हाक मारशील, तेव्हा तोच तुझा पाठीराखा बनून तुला पुढील मार्ग दाखवेल.'' आईच्या मुखातून बाहेर पडणारे हे शब्द ऐकून गोंझा भावनाविवश झाली आणि तिने आवेगाने आईला घट्ट मिठी मारली.

लोरेटोमध्ये समावेश

फादर जेंब्रेकोविक यांनी लोरेटो कॉन्वेंट नामक एका संस्थेशी गोंझाचा परिचय करून दिला. ही संस्था गरीब आणि असहाय लोकांची मदत करत असे. या संस्थेला जेव्हा गोंझाच्या प्रामाणिक तळमळीविषयी समजलं, तेव्हा त्यांनी मोठ्या आनंदाने तिला आपल्यात सहभागी होण्याची परवानगी दिली. त्यांचा एक चमू लवकरच लोरेटोचं

मुख्यालय असलेल्या डब्लिन येथे रवाना होणार होता. गोंझालादेखील त्यांच्याबरोबर डब्लिनला जायचं होतं. मात्र तिथे जाऊन इंग्रजी भाषेचं अध्ययन करणं त्यांच्यासाठी अत्यावश्यक होतं. शेवटी २६ सप्टेंबर, सन १९२८ या दिवशी ते स्कोप्जे येथून डब्लिनकडे रवाना झाले. त्यावेळी कुटुंबातील सर्व सदस्य, तसंच अनेक आप्तजनही त्यांना निरोप देण्यासाठी आले होते. आपल्या आईशी ही त्यांची शेवटचीच भेट होती. त्यानंतर पुन्हा कधीही आईशी त्यांची भेट होऊ शकली नाही.

या क्षणी गोंझा मनोमन खूपच आनंदली होती. ती आयुष्याच्या एका अशा वळणावर होती, ज्या मार्गावर वाटचाल केल्याने भविष्यात असंख्य लोकांची ती मदर ठरणार होती, मातृरूपात त्यांना मदत करणार होती. या संपूर्ण प्रवासात तिला आपली आई आणि फादर जेंब्रेकोविक यांनी केलेला उपदेशच आठवत होता. आता ती स्वतःला ईश्वराच्या चरणी समर्पित करण्यास निघाली होती.

लोरेटो कॉन्वेंट ही मुलींना शिक्षण देणारी एक सुप्रसिद्ध अशी शैक्षणिक संस्था होती. गोंझा येथील नैसर्गिक वातावरणात येऊन खूपच आनंदली होती. येथील सर्व लोक तिला तिच्या 'ॲग्नेस' या खऱ्या नावानेच संबोधत असत. नव्याने आलेल्या सर्व समाजसेविकांना इंग्रजी शिकवण्याची व्यवस्था लोरेटोच्या रेथफरंगम हाउस या सभागृहात करण्यात आली होती. ॲग्नेसलासुद्धा आता तिथेच राहून इंग्रजी भाषेचं अध्ययन करायचं होतं.

तिथे त्या वर्गात प्रवेश करण्यासाठी त्यांना पांढऱ्या रंगाचा पोशाख परिधान करण्यास सांगण्यात आलं. आपल्या आवडत्या रंगाचा पायघोळ अंगरखा (गाउन), तसंच डोक्यावरून घेण्यासाठी काळ्या रंगाचा बुरखा, असा गणवेष पाहून तिचे डोळे आनंदाने चमकू लागले. हा तोच क्षण होता, ज्या क्षणाची ती इतक्या वर्षांपासून आतुरतेने वाट पाहत होती, स्वप्नं पाहत होती. आज तिच्या स्वप्नाची पूर्ती होणार होती, प्रत्यक्षात साकारणार होतं. आपला गणवेष परिधान केल्यानंतर तिला आत्मसंतोषाची अनुभूती होऊ लागली. इथे त्यांना इंग्रजीव्यतिरिक्त धर्म, अध्यात्म, तसंच नैतिक कर्तव्यं यांसारख्या विषयांबाबतही मार्गदर्शन केलं जात असे. ते ऐकून ती अतिशय प्रसन्न होत असे. साधारणतः दीड महिन्याचं लोरेटोमधील हे प्रशिक्षण पार पडल्यानंतर त्याच वर्षी त्यांना भारताकडे रवाना करण्यात आलं.

ज्याप्रकारे गोंझाने आपल्या अंतर्मनाचा आवाज ऐकून त्याचंच अनुसरण केलं आणि मानवतेच्या कल्याणाचा झेंडा उंच फडकवला, त्याचप्रमाणे आपणही आपल्या

आयुष्यात निःस्वार्थ भावनेने कार्य करू शकता, झळाळून निघू शकता. प्रत्येक मनुष्याला नैसर्गिकरीत्याच आपल्या अंतर्मनाच्या आवाजाकडून मार्गदर्शन मिळत असतं. मात्र गरज असते, ती केवळ तो आवाज ऐकण्याची! पण आपल्या दैनंदिन दिनचर्येत, विचारांतच मनुष्य इतका गुरफटलेला असतो, की त्याला हा आतला आवाज सहसा ऐकूच येत नाही. किंबहुना त्याच्याकडे तो दुर्लक्ष करतो. म्हणून यासाठी स्वतःला आधी प्रशिक्षित करायला हवं, आपलं उद्दिष्ट सुस्पष्ट असायला हवं. जेणेकरून आपण प्रार्थनेच्या अवस्थेत जाऊन आतून मिळणाऱ्या मार्गदर्शनाचा लाभ घेऊ शकतो. मग तिथूनच आपल्या प्रश्नांची उत्तरं आपल्याला गवसतील. आपण जर या कलेत पारंगत झालात, तर मग या जगातील कोणतीही शक्ती आपल्याला उद्दिष्टापासून दूर करू शकत नाही.

भाग ५

संधीची ओळख

**हवेच्या छोट्याशा झोतानेही जशी आग भडकू शकते,
तसंच अगदी थोड्याशा मेहनतीनेही भाग्य चमकू शकतं...**

डब्लिन येथे इंग्रजी विषय अभ्यासल्यानंतर नोव्हेंबर १९२८मध्ये ॲग्नेस सागरी जहाजाने प्रवास करून भारतात आल्या. प्रवासात घेतलेल्या रोमांचकारी अनुभवानंतर, 'आता आपल्या आयुष्यात ती वेळ अत्यंत समीप येऊन ठेपलीय, जेव्हा दुःखी-कष्टी-पीडितांचे अश्रू आपल्याला पुसता येतील,' या गोष्टीची त्यांना चाहूल लागल्याने त्या खूपच आनंदी होत्या. अपरिचित संस्कृती आणि वेगवेगळ्या जाति-धर्मांचे लोक असलेल्या एका अनोळखी देशात आता त्या पोहोचल्या होत्या. जहाजातून मुंबई बंदरावर उतरल्यानंतर त्या रेल्वेने कोलकात्यास पोहोचल्या.

कोलकात्यास काही दिवस राहिल्यानंतर त्यांना दार्जिलिंग येथील लोरेटो प्रशिक्षण केंद्रात पाठविण्यात आलं. तिथे त्यांच्याप्रमाणेच इतरही अनेक तरुणी विद्याभ्यास करत होत्या. त्याठिकाणी त्यांना दैनंदिन प्रार्थना करणं, धार्मिक जबाबदाऱ्यांचं पालन करणं, आपल्या ऐहिक सुखांचा त्याग करून इतरांचं दुःख दूर करण्याचा प्रयत्न करणं यांसारख्या

नैतिक कर्तव्यांबाबतचं प्रशिक्षण दिलं जात असे. लोरेटोच्या या केंद्रात येणारी मुलं ही बहुतांशी गरीब घरातील आणि मागास वर्गातीलच असत. त्यांना शिकवण्याचं काम प्रत्येक प्रशिक्षणार्थीकडे सोपवण्यात येत असे. येथील दैनंदिन कार्यक्रमांत प्रशिक्षण प्राप्त करण्याबरोबरच या मुलांना शिकवणं हेदेखील महत्त्वाचं होतं.

मुलांना शिकवतेवेळी बंगाली अथवा हिंदी भाषेचा वापर कमीत कमी करून, केवळ इंग्रजी माध्यमातूनच शिकवण्यावर भर देण्यात येत असे. संध्याकाळी नियमितपणे मुलांना एखाद्या धार्मिक अथवा आध्यात्मिक विषयावर प्रबोधन करण्यात येत असे. प्रत्येक आठवड्यात नव्याने भरती झालेल्या सर्व नन्सना 'कन्फेशन'चा म्हणजेच दोष, पाप, अपराध स्वीकृतीचा एक सोपस्कार पार पाडावा लागत असे. लोरेटोमध्ये नियम आणि कायदे यांचं काटेकोरपणे पालन करणं, यालाही अधिकाधिक महत्त्व दिलं जात असे.

दार्जिलिंगमधील दोन वर्षांच्या प्रशिक्षणानंतर ॲग्नेसचं नाव कोलकातामध्ये असलेल्या सेंट मेरी स्कूलसाठी निश्चित करण्यात आलं. तिथे गरीब आणि निराधार मुलांना शिक्षण दिलं जात असे. २४ मे, सन १९३१ रोजी ॲग्नेसना नन म्हणून शपथ देण्यात आली. शपथ ग्रहण करत असताना त्यांनी अशी प्रतिज्ञा केली, की 'मी नेहमीच दीन-दुबळ्या, तसंच निराधार-असहाय लोकांकरिता कार्यरत राहीन. आपल्या कार्याबाबत मी नेहमीच दक्ष राहीन. त्यात पावित्र्य राखीन आणि सर्व आदेशांचं पालन नियमितपणे करीन.'

दार्जिलिंगमध्ये ब्रह्मचर्याविषयीचं शिक्षण प्राप्त केल्यानंतर, त्यांना या जगातील झगमगाट तसंच दिखाव्यामध्ये कोणतीही रुची राहिली नव्हती. त्यांचं राहणीमान अगदी सर्वसाधारण असे. परंतु त्यांच्या चेहऱ्यावर सदासर्वदा फुललेल्या मधुर स्मितामुळे त्यांचं व्यक्तिमत्त्व झळाळून निघत असे. जेणेकरून त्यांच्या सान्निध्यात येणारा प्रत्येकजण हा प्रसन्न आणि उत्साही होत असे.

एका परंपरेनुसार तिथे प्रशिक्षण घेत असलेल्या सर्वच नन्सना आपापल्या इच्छेनुसार एखाद्या महिला संतांच्या नावावरून स्वतःचं नाव धारण करण्याची परवानगी होती. लोरेटोमध्ये स्पेनच्या काही संन्याशांशी ॲग्नेसचा संपर्क आला होता. त्यांतच एक महिला संन्याशी होती, जिचं नाव होतं 'थेरेस मार्टेन.' त्यांची भेट झाल्यानंतर ॲग्नेस त्यांच्या व्यक्तिमत्त्वाने खूपच प्रभावित झाल्या. मग त्यांच्याकडून प्रेरणा घेऊन त्यांनीही आपलं नाव ठरवलं, 'सिस्टर टेरेसा.' परंतु 'सिस्टर टेरेसा' या नावाची एक नन तिथे आधीपासूनच प्रशिक्षण घेत होती, त्यामुळे सर्व लोकांनी त्यांना 'बंगाली टेरेसा' असं

संबोधायला सुरुवात केली. त्यानंतर हळूहळू त्या ॲग्नेस या 'बंगाली टेरेसा' याच नावाने परिचित झाल्या.

लोरेटोकडून त्यांना त्यांचं नाव बदलून 'सेंट थेरेसा ऑफ लिजिक' नावाच्या एका महिला संतांचं नाव धारण करण्याची परवानगीही देण्यात आली. असं करण्यामागचं कारण हेच, की ज्याप्रकारे सेंट थेरेसा यांनी आपलं संपूर्ण जीवन मानवजातीच्या कल्याणाकरिता समर्पित केलेलं होतं, त्याचप्रमाणे बंगाली टेरेसानेदेखील स्वतःचं आयुष्य मानवसेवा आणि ईश्वरचरणी समर्पित करावं, हा त्यामागचा उद्देश होता. नावातून होणारे गैरसमज दूर करण्याच्या उद्देशाने त्यांनी 'थेरेसा' ऐवजी 'टेरेसा' असा शब्द निवडला आणि भविष्यात याच 'टेरेसा' नावाने बहुचर्चित होऊन अवघ्या जगासाठी स्वतःची अशी एक ओळख बनवली.

संधीची जाणीव

ज्या उत्साहाने मदर यांनी आपल्या आयुष्याच्या या प्रवासास प्रारंभ केला, तोच उत्साह अंतिम क्षणापर्यंत त्यांच्यात कायम टिकून होता. कारण त्यांनी आपल्या आयुष्यात आलेली ही सुवर्णसंधी ओळखली होती. हा तोच क्षण होता, ज्याची त्यांनी अगदी लहानपणापासून अत्यंत अधीरतेने वाट पाहिली होती.

मदर यांच्या आयुष्यात नित्य नवनवीन लोक, परिस्थिती, संधी या सर्व गोष्टी दरवाजा ठोठावत होत्या. त्यांचं योग्यप्रकारे अवलोकन करून, त्यांनी स्वतःसाठी योग्य अशा संधीची प्रतीक्षा केली. मात्र ज्या क्षणी त्यांना ती गवसली, तेव्हा कोणतीही कसर न सोडता, त्यांनी त्वरित डब्लिनहून दार्जिलिंगच्या दिशेने प्रयाण केलं. इथेच त्यांच्यातील सेवाभावाचा पाया भक्कम होत गेला.

असे सेवा-योगी लोक सदैव इतरांकरिताच जगत असतात. त्यांचं जगणं हे इतरांकरिताच समर्पित झालेलं असतं. याचं कारण, दुसरा कोणी नाहीच (There is no others) असा भाव त्यांच्या स्थित असतो. ते प्रत्येक मनुष्यात त्या एका ईश्वरालाच पाहत असतात. सर्वसामान्य मनुष्याला मात्र सर्वभूती भगवंताचं दर्शन सहसा होऊ शकत नाही. म्हणूनच त्याच्या मनात निःस्वार्थ सेवाभाव जागृत होऊ शकत नाही. जरा कुणाशी वाद-विवाद अथवा भांडण-तंटा झाला, की त्यांच्यातील द्वेषभाव उफाळून येतो आणि सेवाभाव लुप्त होऊन जातो. परंतु मदर यांच्यात मात्र सेवाभाव पुरेपूर ठासून भरलेला होता. त्यामुळेच त्या प्रत्येक जिवात, त्या एका परमेश्वराचंच दर्शन करू शकत. त्यामुळेच त्यांना आपल्या जीवनाचं लक्ष्य साध्य झालं.

भाग ६

पहिली हाक

केवळ नशिबावरच भरवसा ठेवला, तर तेही साथ देत नाही
पण दृढ निश्चयाने उभं ठाकलं, तर भाग्यही जोमाने उभं राहतं...

कोलकाता येथे बंगाली टेरेसा ऊर्फ मदर टेरेसायांचे दिवस खूपच आनंदात व्यतीत होत होते. सेंट मेरी स्कूलमध्ये पदग्रहण करून, मुलांना शिकविण्याचं आपलं कार्य त्यांनी सुरू ठेवलं. सर्व मुलं तसंच सहकारी त्यांना सिस्टर टेरेसाअसं संबोधत असत. त्याकाळी कोलकात्यामध्ये लोरेटो स्कूलच्या एकूण सहा शाखा होत्या. प्रत्येक शाखेत सर्वच वर्गांतील मुलं शिक्षणासाठी येत असत. सेंट मेरी स्कूलमध्ये एक बोर्डिंग स्कूलही होतं. वेगवेगळ्या शहरांतून आलेली मुलं तिथे राहून शिक्षण घेत असत. आपल्या घर-कुटुंबापासून दूर राहून शिकणाऱ्या या मुलांविषयी सिस्टर टेरेसायांना खूप जिव्हाळा, प्रेम वाटत असे. या मुलांना शक्य तितकं प्रेम देण्याचाच त्या नेहमी प्रयत्न करत असत.

सिस्टर टेरेसा तेथे इतिहास आणि भूगोल हे विषय शिकवत होत्या. शिकवताना त्या आपल्या विषयात तल्लीन होऊन जात. शिवाय त्यात आणखी सजीवता आणत आणि तो विषय सहज सोपा करून शिकवत असत. शाळेचं वातावरण हे अत्यंत शिस्तप्रिय असे. तिथे

सकाळी नऊ वाजल्यापासून दुपारी तीन वाजेपर्यंत वर्ग भरत असत. त्यानंतर चहापानाची वेळ होत असे. परंतु सिस्टर टेरेसा मात्र नेहमी मुलांमध्येच थट्टा-विनोद करण्यात रमलेल्या दिसत. त्या मुलांना स्कोप्जे येथील आपल्या बालपणाचे रम्य किस्से ऐकवत असत. रात्रीच्या वेळी सर्व मुलांची झोपण्याची व्यवस्था पाहणे यांसारखी कामंदेखील त्यांच्या दिनचर्येचा एक महत्त्वाचा असा भाग असे. मुलांना स्वतःची कामं स्वतः करण्याविषयी, तसंच स्वावलंबी बनण्याविषयीचे धडे दिले जात असत. कोणत्याही मुलाबाबत काहीही अहित, अन्यायकारक, अथवा अयोग्य घडू नये याची पुरेपूर दक्षता त्या घेत असत. शाळेतील सर्व परीक्षा या बंगाली आणि इंग्रजी भाषेत आयोजित केल्या जात. परंतु लवकरच त्यांच्या क्रमिक अभ्यासक्रमाचा अविभाज्य भाग समजून, भाषा विषय म्हणून हिंदीचाही समावेश करण्यात आला.

सिस्टर टेरेसा या नेहमी वेळेचं पालन करणं हे आपलं आद्यकर्तव्यच समजत. त्या आपलं प्रत्येक काम अगदी शिस्तबद्धरीत्या करत असत. त्यांच्या चेहऱ्यावर पसरलेलं मंद स्मित, त्यांच्या व्यवहारातून ओसंडून वाहणारी आपुलकी, सहानुभूती तसंच करुणा या बाबी त्यांच्या व्यक्तित्वाला अधिकाधिक निखार आणीत, सात्त्विक बनवत.

सिस्टर टेरेसा यांचे विचार नेहमीच इतरांहून वेगळे असत. त्यांना स्वतःची कामं स्वतःच करायला आवडतं. एखाद्या सहकाऱ्याकडून अथवा नोकराकडून काम करून घेणं त्यांना कधीही आवडत नसे. बहुधा प्रातःकाळी उठल्याबरोबर केर-कचरा काढताना किंवा सडासंमार्जन करतानाच त्या इतरांना दिसत असत. त्या अगदी मनापासून स्वच्छतेची कामं करत असत, जी करणं इतरांना कमीपणाचं अथवा अवमानकारक वाटत असे. तसंही त्याकाळी साफसफाई करणाऱ्या स्वच्छतादूतांना शूद्रच मानलं जात असे. परंतु सिस्टर टेरेसांसारख्या विदेशातून आलेल्या एका गोऱ्यापान तरुणीला हे काम करताना पाहून लोक हैराण होत असत. मात्र मदर यांनी सेवाकार्य करताना कधीही लहान-मोठं असा भेदभाव केला नाही. त्यांच्याद्वारे केलं गेलेलं प्रत्येक कार्य हे स्वतःमध्येच परिपूर्ण असं होतं. कारण त्यात इतरांना मदत करण्याचा भाव हा पूर्णतः शुद्ध आणि निःस्वार्थ असे.

'मदर'ची उपाधी

जसजसा काळ पुढे जात राहिला, तसतसं सिस्टर टेरेसांना बंगाल आणि बंगाली भाषा यांच्याविषयी अधिकाधिक प्रेम वाटू लागलं. आतापर्यंत त्यांनी बंगाली भाषेत प्रावीण्य मिळवलं होतं आणि सर्व विद्यार्थ्यांमध्येही त्या लोकप्रिय होत होत्या. परंतु

केवळ एक नन अथवा मुख्याध्यापक म्हणूनच त्यांना त्यांचं कार्य मर्यादित ठेवायचं नव्हतं. तर त्यांचा उद्देश काही वेगळाच होता, ज्याविषयी त्या नेहमी मनातल्या मनात योजना आखत असत. केवळ विद्यार्थ्यांना शिकवणं हेच आपलं कर्तव्य आहे, असं त्यांना वाटत नसे. उलट वर्गाची वेळ संपल्यानंतर त्या मुलांना अंघोळी घालत असत, त्यांच्याकडून प्रार्थना म्हणून घेत असत, त्यांना ज्ञानसमृद्ध करणाऱ्या नीतिकथा ऐकवत आणि अशा रीतीने त्या मुलांना आयुष्यात अग्रेसर कसं व्हावं, याची प्रेरणा देत असत.

जितकी मुलं त्यांच्या आश्रयाला येत, त्यांना त्या खूपच प्रेमाने आणि आपुलकीने जवळ करत आणि त्यांच्या हाताचं चुंबन घेत असत. मुलांनादेखील त्यांनी हाताचं घेतलेलं चुंबन खूपच आवडत असे. कारण त्यामुळे त्यांना मातृप्रेमाची अनुभूती होत असे. त्यावेळी मुलं या प्रेमात इतकी हरवून जात, की त्यांना त्यांच्यात आपल्या आईचाच भास होत असे. त्यामुळे भावनावश होऊन ती मुलं त्यांना 'मदर' असंच संबोधू लागली होती.

सिस्टर टेरेसा १७ वर्षे लोरेटोमध्ये कार्यरत होत्या. त्यानंतर त्यांना या शाळेतील मुख्याध्यापिकेचं पददेखील मिळालं. परंतु तरीही त्यांनी तेथील मुलांमध्ये मिसळणं, त्यांची कामं करणं कधीही थांबवलं नाही. लोरेटो शाळेचं वैशिष्ट्यच हे आहे, की आजदेखील तिथल्या वातावरणात त्यांच्या उपस्थितीची जाणीव होत राहते.

मोतीझील

सेंट मेरी स्कूलच्या जवळच मोतीझील नावाचा एक परिसर होता. हा एक असा विभाग होता, जिथल्या अनेक छोट्या छोट्या वस्त्यांमध्ये बहुसंख्येने गोरगरीब तसंच मागासवर्गीय लोक राहत असत. सिस्टर टेरेसा यांच्या शाळेतील कित्येक विद्यार्थ्यांना त्या वस्त्यांतील मुलांना मदत करण्यासाठी पाठवलं जात असे. असं करण्यामागचं कारण हेच होतं, की गरिबी म्हणजे काय असते, गरीब लोकांच्या गरजा काय असतात आणि ते कशाप्रकारे जीवन जगतात, तसंच दैनंदिन आयुष्यात त्यांना कोण-कोणत्या परिस्थितीशी झगडावं लागतं, याची लोरेटोमध्ये विद्याध्ययन करणाऱ्या विद्यार्थ्यांना खऱ्या अर्थाने जाणीव व्हावी.

इथे एक खूपच गरीब अशी वस्ती होती. या वस्तीत राहणारी काही कुटुंबं तर अगदी नरकयातना भोगत असत. त्यांना खाण्यासाठी दोन वेळचं पुरेसं भोजनही मिळत नसे, तसंच त्यांच्याकडे अंग झाकायला धड कपडेही नव्हते. जवळच असलेल्या एका घाणेरड्या तलावातील पाणी ते नाइलाजाने पीत असत. तसंही त्यावेळी जागतिक

महायुद्ध सुरू होतं आणि त्याचा परिणाम भारतावरही होतच होता. बंगालमध्ये अस्वस्थ आणि उपासमारीचं वातावरण होतं, त्यामुळे कित्येक लोक मृत्युमुखी पडत होते. मदर यांच्या मनात त्या गरिबांविषयी खूपच कळवळा दाटून येत असे. त्या मनापासून त्यांच्यासाठी काहीतरी करू इच्छित होत्या. त्यामुळे त्या नेहमीच त्यांच्या व्यथा-वेदना दूर करण्याविषयी विचार करत असत. परंतु लोरेटोच्या शिस्तीत बद्ध असल्याने त्या त्यांच्यासाठी स्वतंत्रपणे काही करू शकत नव्हत्या. केवळ त्यांच्याविषयी मनापासून त्या प्रार्थना करत, की 'हे ईश्वरा लवकरात लवकर त्यांना या त्रासातून मुक्त कर.'

या गरीब, दुःखी, असहाय लोकांकरिता मदर यांच्या मुखातून उत्स्फूर्तपणे बाहेर पडत असलेली ही प्रार्थना म्हणजे खरंतर दीन-दुबळ्यांचं दुःख दूर करण्यासाठीची पहिली हाकच होती.

मात्र आश्चर्याची गोष्ट अशी, की मनुष्य जेव्हा स्वतःसाठी साहस, आत्मविश्वास मिळविण्याचा प्रयत्न करत असतो, तेव्हा त्याला अपयश येतं. अनेक प्रकारच्या भय, चिंता त्याला सतावतात आणि तो आपल्यावरील संस्कार, सवयींच्या गुलामगिरीतून बाहेर पडू शकत नाही. परंतु जेव्हा तो निःस्वार्थ भावनेने आयुष्य जगू लागतो, इतरांच्या हक्काधिकारांसाठी झटू लागतो, तेव्हा हे सारे गुण आपोआपच त्याला प्राप्त होऊ लागतात, जुने संस्कार विलीन होऊन जातात. याचा जिवंत पुरावा म्हणजेच मदर टेरेसा यांचं जीवन!

भाग ७
कर्म हीच सेवा

कणव आणि प्रेम यांनी भारलेले शब्द छोटे असू शकतात
परंतु त्यांच्या गुंजारवास कोणतीही सीमा असू शकत नाही...

दार्जिलिंगमध्ये अंतिम शपथ घेण्याआधीच सिस्टर टेरेसा यांना मुलांकडून मदर (माता) ही उपाधी प्राप्त झालेली होती. तरीही अधिकृतपणे त्यांना पहिल्यांदा 'मदर टेरेसा' या नावाने आता संबोधण्यात आलं. केवळ इतकंच नव्हे, तर त्यांच्या अत्युत्कृष्ट सेवेमुळे त्यांना शाळेच्या मुख्याध्यापिकापदीही नियुक्त करण्यात आलं. वयाच्या अवघ्या २७व्या वर्षी 'मदर' हा सन्मान प्राप्त करणं ही स्वतःमध्येच गौरवास्पद अशी एक बाब होती. शिवाय त्यांना स्वतःलाही मदर म्हणवून घेणं खूप आवडत असे. तसंही निःस्वार्थ भावनेने सेवा करणे आणि सर्वांना प्रेम देणे यावरच त्यांचा अधिक विश्वास असे. 'एका आईचं हे कर्तव्यच असतं, की तिने आपल्या सर्वच मुलांना समान प्रेम द्यायला हवं. म्हणून हे सर्व जगच मला माझ्या मुलांसमान आहे,' असं त्या नेहमी म्हणत असत.

अशा प्रकारे त्या सर्व मुलांकरिता आईहूनही अधिक असंच कार्य करत होत्या. मुलं आपल्या आईवर अधिक प्रेम करतात आणि

केवळ आईच त्यांच्या भावना समजू शकते. कारण आईचं प्रेम हे सागरासारखं अमर्याद, विशाल असतं, असं त्यांचं ठाम मत होतं. याच प्रेमळ भावनेने मदर यांनी आपल्या मुलांवर मायेची पखरण केली. त्यामुळे लोकसुद्धा त्यांना प्रेम, करुणा आणि सेवेची देवता मानू लागले होते. प्रेमालाच त्या सर्वांत मोठी पूजा समजत असत. त्यांच्या शाळेत येणारा प्रत्येक विद्यार्थी त्यांच्या वात्सल्यरूपी प्रेमाचा अधिकारी होत असे.

सेंट टेरेसा शाळेचा कार्यभार सांभाळताच मदर यांची कार्यकक्षा आणि जबाबदाऱ्या पहिल्यापेक्षा खूपच वाढल्या. त्यांच्याकडे रविवारी होणाऱ्या वर्गांचीदेखील जबाबदारी सोपविण्यात आली. आता त्या पूर्वीपेक्षा अधिक सजगतेने आणि सक्षमपणे आपलं संपूर्ण कार्यक्षेत्र सांभाळू लागल्या होत्या. तरीही जेव्हा कधी त्यांना एखादी गरीब व्यक्ती दिसे, तेव्हा त्यांचं मन करुणेने भरून जात असे. परंतु लोरेटोच्या नियमांत बांधलेल्या असल्याने त्या त्यांच्यासाठी काहीही करू शकत नसत.

दुसरं जागतिक महायुद्ध सुरू झाल्यामुळे भारतावरदेखील त्याचा परिणाम होऊ लागला होता. तसंही त्यावेळी भारत हा ब्रिटिशांच्या अधीन होता, त्यात या दुसऱ्या महायुद्धाची भर पडली. अशा स्थितीत कोलकात्यासारख्या शहरातील दैन्यावस्था पाहता, मदर अनुमान लावू लागल्या, जर बंगालमध्ये इतकं दारिद्र्य आहे, तर भारतातील इतर शहरांची स्थिती कशी असेल? त्या लोरेटोशी संबंधित असल्या तरी समस्त देशवासीयांनाही हा संदेश देऊ इच्छित होत्या, की समाजातील प्रत्येक वर्गासाठी शिक्षण ही अत्यावश्यक अशी गोष्ट आहे. गरिबी आणि मागासलेपणाचं मुख्य कारण शिक्षणाचा अभाव हेच आहे आणि शिक्षणाच्या प्राप्तीनेच मुलांचं भवितव्य उज्ज्वल होऊ शकतं.

त्यावेळच्या परिस्थितीचं अवलोकन करत असताना मदर यांना अनेक आव्हानं समोर दिसू लागली होती. पण कोणत्याही आव्हानाला सामोरं जाण्यासाठी त्या सज्ज होत्या. मात्र त्यांना या गोष्टीचं अत्यंत वाईट वाटत असे, की आपण प्रत्यक्षात त्या गरीब लोकांमध्ये राहून त्यांची सेवा करू शकत नाही. शेवटी महत्प्रयासाने त्यांनी आपलं मन त्या कामांकडे वळवलं, जी लोरेटोद्वारे अंतिम शपथ घेत असताना त्यांच्याकडे सोपवली गेली होती. विद्यार्थ्यांना शिकवणं, संस्थेशी निगडित असलेल्या इतर सिस्टर्सचं मनोबल वाढवणं, त्यांना त्यांच्या कार्यासाठी अधिकाधिक उत्तेजन देणं, त्यांना एका निश्चित अशा उद्दिष्टाच्या दिशेने अग्रेसर करणं, ही कामं म्हणजे त्यांच्या दैनंदिनीचा अविभाज्य असा भाग बनली होती.

वर्तमानाला सावरा, भविष्य आपोआपच सावरलं जाईल

ज्याप्रमाणे प्रत्येक कर्माचं एक विशिष्ट फळ प्राप्त होतं, त्याचप्रकारे प्रत्येक सेवेचंदेखील एक फळ प्राप्त होतच असतं. हीच गोष्ट प्रस्तुतच्या घटनेने सिद्ध होते. मदर टेरेसा यांनी आपला वर्तमान क्षण उत्कृष्टरीत्या सार्थकी लावला. त्या क्षणात त्यांनी जे सेवारूपी बीजारोपण केलं, त्यानेच भविष्यात विशाल वृक्षाचं स्वरूप धारण केलं.

याच गोष्टीच्या पुष्टीसाठी, चला एका कथेचा आश्रय घेऊया.

एकदा धौम्य ऋषी आपल्या शेतात काम करत होते. तेव्हा त्यांनी पाहिलं, की शेतात घातलेल्या बांधातून पाणीगळती होत असून ते शेताबाहेर वाहून जात आहे. तेव्हा ऋषींनी आपला शिष्य आरुणीला आज्ञा दिली, 'या शेतातील बांधाची डागडुजी करून घे, जेणेकरून पाणी शेताबाहेर जाणार नाही.'

आरुणीने डागडुजीच्या कामास प्रारंभ केला. परंतु पाण्याच्या प्रवाहाच्या वेगामुळे तो बांध सतत ढासळत होता. शेवटी आरुणी बांधाच्या भेगेजवळ स्वतःच आडवा होऊन झोपला. त्याच्या शरीराच्या अडथळ्यामुळे पाण्याचा जो प्रवाह शेताबाहेर जात होता, तो थांबला. मात्र संध्याकाळीही जेव्हा आरुणी आश्रमात परतला नाही, तेव्हा गुरुजी स्वतःच तो अजून काय करत आहे, हे पाहण्यास शेतावर आले. त्यांनी आरुणीची ती अवस्था पाहिली आणि त्याला म्हणाले, ''बाळा, ऊठ. मी तुझ्या सेवेने अतिशय प्रसन्न झालो आहे. ऊठ आणि माग तुला जे काही मागायचं आहे ते.'' आरुणीने हात जोडून सत्यविषयक ज्ञान मिळण्याची प्रार्थना केली आणि गुरुकृपेने त्याला आत्मसाक्षात्कार घडला.

मदर टेरेसा आणि धौम्य ऋषी यांच्याविषयीच्या उपरोक्त दोन्ही घटनांचं तात्पर्य हेच आहे, की आपली कोणतीही सेवा कधीही निरर्थक जात नाही. खरंतर वर्तमान स्थितीकडे पाहून, लोरेटोच्या नियमांनी जखडलेले असल्याने वैयक्तिकरीत्या गरिबांची सेवा करण्यास आपण असमर्थ आहोत, याचं मदर यांना दुःख तर नक्कीच होत असे. पण दुसऱ्याच क्षणी त्यांना नन म्हणून आपण घेतलेली शपथही (प्रतिज्ञा) आठवत असे. त्यामुळे त्या पुन्हा पूर्ण तन्मयतेने आपल्या कार्यात स्वतःला झोकून देत असत. कारण आपल्या सेवाकार्यास त्यांनी कधीही काम असं समजलं नाही, तर पूजा समजूनच त्या ते करत राहिल्या. त्यांनी कधीही कोणाबाबत उच्च-नीच, गरीब-श्रीमंत असा भेदभाव केला नाही, तर त्या सर्वांना निरपेक्षपणे स्नेहच देत राहिल्या.

तसं पाहिल्यास, मनासारखी सेवा करता येत नाही याचं दुःख मदर यांना नैराश्य अथवा औदासीन्याकडे घेऊन जाऊ शकलं असतं; पण त्या तिथेच थांबून राहिल्या नाहीत, तर समोर आलेल्या प्रत्येक आव्हानाचा सामना करत प्राप्त परिस्थितीत शक्य तितक्या उत्कृष्ट पद्धतीने त्यांनी आपलं योगदान दिलं.

मदर दिवसातील १६ ते १८ तास सतत कार्यरत असत, तरीही आपल्या छोट्याशा वर्तनानेही कोणाला त्रास होणार नाही, कोणी दुखावलं जाणार नाही, याची त्या पूर्णपणे काळजी घेत. त्यांना शब्दशक्तीची चांगलीच जाण होती. आपले सकारात्मक शब्द समोरच्याला नवसंजीवनी प्रदान करू शकतात, तसंच आपल्याकडून उच्चारले जाणारे कटू शब्द समोरच्याची शक्ती हिरावून घेऊ शकतात, याची त्यांना चांगलीच जाण होती. त्यामुळे इतरांना त्रास होईल असा एखादा छोटासा शब्द, एखादं छोटंसं कृत्य अथवा एखादा अयोग्य संकेतही त्यांनी कधी स्वतःकडून जाऊ दिला नाही. आपल्याकडून घडलेल्या एखाद्या चुकीच्या कृत्यामुळे कोणाच्याही आयुष्यात कोणती बाधा निर्माण होऊ नये, यासाठी त्या सदैव दक्ष राहत, सजग राहत.

भाग ८

इशाऱ्याची जाणीव

युद्धच करायचं असेल, तर ते दारिद्र्य आणि निरक्षरता यांच्या विरोधात करा...

दुसऱ्या जागतिक महायुद्धामुळे संपूर्ण जगभरातच उलथापालथ होऊ लागली होती. भारतासारख्या देशालाही या पडझडीतून स्वतःला सावरणं अशक्य झालं होतं. परिणामी कोलकाता शहरावरही वरचेवर हवाई हल्ले होत असत.

युद्धामुळे बंगालमध्ये होणाऱ्या तांदळाच्या आयातीवर निर्बंध आले. हवाई हल्ल्यांमुळे पिकं उद्ध्वस्त झाली, त्यामुळे अन्नधान्य उत्पादन खालावलं गेलं. खाद्यपदार्थांचे दर वाढू लागले आणि पाहता पाहता स्थिती अधिकाधिक बिकट बनली. गाव-खेड्यांतील पुष्कळसे लोक स्थलांतर करून कोलकाता शहराकडे धाव घेऊ लागले. कोलकात्यातील लोकसंख्या इतकी वाढली, की त्यांच्यासाठी अन्नधान्याची व्यवस्था करणंही कठीण होऊन बसलं. हळूहळू संपूर्ण बंगाल टंचाईग्रस्ततेच्या सावटाखाली येऊ लागलं.

युद्ध सुरू असताना अनेक लोकांनी भयग्रस्ततेमुळे आपल्या मुलांना लोरेटोच्या बाहेर पाठवण्यातच धन्यता समजली. मदर यांनी

या निष्पाप मुलांना आपल्या आश्रयाखाली घेऊन त्यांच्या संगोपनासाठी लोरेटोच्या सर्व सदस्यांना आवश्यक त्या सूचना दिल्या. प्रत्यक्षदर्शी सांगत असत, त्यावेळी मदर स्वतःच्या हातांनी असंख्य मुलांना बाटलीने दूध पाजत. दुष्काळामुळे पटकीची साथदेखील पसरली होती. त्यामुळे लोरेटोमध्ये आश्रयाला आलेल्या कित्येक मुलांनाही मृत्यूने गाठलं होतं. त्या निष्पाप मुलांच्या मृत्यूचा मदर यांच्या मनावर खूप मोठा आघात झाला होता.

काही दिवसांनंतर लोरेटोची ती इमारत रिकामी करण्याचा सरकारी आदेश आला. युद्धात जखमी झालेल्या सैनिकांकरिता इस्पितळासाठी जागा मिळत नव्हती. म्हणून सरकारला आजारी व जखमींवर उपचार करण्यासाठी त्या इमारतीचा उपयोग इस्पितळासारखा करायची इच्छा होती. त्यामुळे लोरेटोला सरकारी आदेश मान्यच करावा लागला. म्हणून काही विद्यार्थी, सदस्य आणि शिक्षकांना दार्जिलिंगला पाठवण्यात आलं, तर काहींना शिलाँग आणि लखनऊ येथील शाखेत पाठविण्यात आलं. मदर टेरेसा यादेखील अंदाजे ३०० विद्यार्थ्यांसोबत दाजिर्लिंग येथील एका इमारतीच्या आश्रयाला आल्या.

मदर यांनी असं अत्यंत भयानक वातावरण यापूर्वी कधीही पाहिलं नव्हतं. कोलकात्याहून दार्जिलिंगला येत असतानाच्या प्रवासात त्यांनी रस्त्यावर असंख्य प्रेतं, तसंच लोकांना जखमी अवस्थेत तडफडताना पाहिलं. अनेक लोक वेदनेने विव्हळत होते आणि ईश्वराकडे मृत्यूची प्रार्थना करत होते. कोलकाता शहरात जागोजागी प्रेतांचा खच पडला होता. अशा भयानक स्थितीतही आपल्या आश्रयाखाली असलेल्या सर्व विद्यार्थ्यांची देखभाल आणि त्यांच्यात सकारात्मक ऊर्जा निर्माण करण्यात मदर यांनी कोणतीही कसर बाकी ठेवली नाही.

इतक्या भयानक परिस्थितीत जेव्हा सगळेच मार्ग खुंटले आणि कोणताही पर्याय दिसत नव्हता, तेव्हा मदर यांना केवळ प्रार्थनेचाच आधार उरला. आपली प्रार्थना कोणत्याही क्षणी ईश्वरापर्यंत पोहोचू शकते, याचा त्यांना ठाम विश्वास होता. म्हणूनच तर म्हटलं गेलं आहे, "It is never too late, to pray' प्रार्थना करण्यासाठी कधीही उशीर होत नसतो.

उद्दिष्टाची जाणीव

इ.स. १९४५ मध्ये दुसऱ्या महायुद्धाची सांगता झाली. कोलकाता शहरातदेखील शांतता प्रस्थापित झाली आणि दुष्काळाचा प्रभावदेखील संपुष्टात आला होता.

लोरेटोकडून दार्जिलिंग, शिलाँग तसंच लखनऊ येथे पाठविण्यात आलेल्या सर्व शिक्षिका आणि विद्यार्थ्यांना माघारी बोलावण्यात आलं होत. मदर यांच्या मनावर ही स्थिती अगदी खोलवर बिंबली होती. त्यामुळे कोलकात्यास परतल्यानंतर त्यांनी आपल्या आईला पत्राद्वारे सर्व परिस्थिती कळवली.

त्या पत्राच्या उत्तरात त्यांच्या आईने लिहिलं, *'प्रिय मुली ॲग्नेस! मला या गोष्टीचा अतिशय आनंद आहे, की बंगालमध्ये इतकं काही घडलं तरीदेखील तू तिथे सुरक्षित आहेस. तुझ्या खुशालीसाठी मी ईश्वराचे आभार मानते. त्याने नेहमी आपली कृपादृष्टी तुझ्यावर अशीच ठेवावी, अशी मी त्याच्याकडे प्रार्थना करते. पण मला केवळ एकच प्रश्न तुला विचारायची इच्छा आहे, की जे उद्दिष्ट मनाशी बाळगून तू आपला देश आणि घर-कुटुंब यांचा त्याग केला होतास, त्या उद्दिष्टाची पूर्तता आता झाली आहे का? दीनदुर्बलांचं दुःख आणि त्यांच्या वेदना दूर करण्याच्या तुझ्या संकल्पास यश प्राप्त होत आहे का?'*

आईकडून आलेल्या या पत्राने मदर टेरेसा यांना अगदी मुळापासून हालवून टाकलं. त्यांना असं वाटलं, की कोणीतरी आपल्या हृदयावर तीक्ष्ण बाण सोडत आहे. आता त्या विचारात पडल्या आणि आपला संकल्प पुन्हा आठवू लागल्या. त्यांच्या मनाला एक प्रकारची मरगळ येऊ लागली आणि त्या स्वतःलाच म्हणू लागल्या, 'तुला आपलं घर-कुटुंबीयांचा त्याग करून इतका कालावधी उलटला; परंतु अजून तू आपल्या संकल्पाविषयी विचारसुद्धा केलेला नाहीस. तुझ्या शिक्षणाचा आणि दीक्षेचा तोपर्यंत काही उपयोग होणार नाही, जोपर्यंत तू त्याचा मानवजातीचं कल्याण आणि त्याच्या उत्कर्षाकरिता विनियोग करणार नाहीस. त्यामुळे चल ऊठ, आपला संकल्प आठव आणि अगदी निर्धास्तपणे ते कार्य करण्यास प्रवृत्त हो, स्वतःला झोकून दे. ज्यासाठी तुझं मन ग्वाही देतं.' आपल्या अंतरात्म्यातून आलेल्या या आवाजाने मदर यांना विचार करायला प्रवृत्त केलं. त्याचबरोबर, 'आता काहीही घडो; शेंडी तुटो वा पारंबी, दीनदुबळ्यांची सेवा करायचीच, आपला संकल्प लवकरात लवकर पूर्ण करायचाच,' या गोष्टीचा विचार करण्यासाठीही त्या विवश झाल्या.

अशा प्रकारे लक्ष्याची जाणीव करून देण्यासाठी एक इशारादेखील महत्त्वपूर्ण ठरू शकतो. म्हणून जेव्हा जेव्हा आपल्याला असं वाटेल, की आपण आपल्या उद्दिष्टापासून भरकटतो आहोत, तेव्हा हा इशारा समजून घेण्याचा प्रयत्न करायला हवा. मग हा संकेत आपल्याला एखाद्या मित्राकडून, शेजाऱ्याच्या बोलण्यातून, एखाद्या पुस्तकातून,

मोबाइलमधील मेसेजमधून किंवा एखाद्याच्या फोन कॉलमधूनही मिळू शकतो. त्यावेळी आपण फक्त सावध राहायला हवं. या सावधगिरीचा परिणाम म्हणूनच निसर्गाकडून मिळालेला हा इशारा मदर यांना समजून घेता आला. शेवटी त्या आपला संकल्प पूर्ण करण्यात कशा प्रकारे यशस्वी ठरल्या, हे जाणून घेण्यासाठी पुढील भाग तर वाचायलाच हवा ना?

भाग ९
पीडितांच्या दुःखांचा अंत

आपण किती प्रमाणात दिलं, हे महत्त्वाचं नाही; पण...
देतेवेळी आपण ते किती प्रेमाने दिलं, हे नक्कीच महत्त्वाचं आहे...

कोलकात्यामध्ये थोडीशी शांतता प्रस्थापित झाल्यानंतर पुन्हा एकदा अडचणींचा डोंगर कोसळला. भारतीय स्वातंत्र्यसंग्रामदेखील आता आपल्या अंतिम टप्प्यात होता. भारताला स्वातंत्र्य मिळण्याकरिता आता केवळ काहीच अवधी शिल्लक राहिला होता. १६ ऑगस्ट, सन १९४६ रोजी मुस्लीम लीगद्वारे डायरेक्ट ॲक्शन डे (direct action day) घोषित केला गेल्याने शहरात पुन्हा एकदा हिंसक वातावरण निर्माण झालं होतं. शिवाय ही स्थिती इतकी भयंकर होती, की संपूर्ण कोलकाता शहरात जागोजागी प्रेतांचा खच पडलेला दिसू लागला. परिस्थितीचं गांभीर्य ओळखून मदर यांनी लोरेटोचे नियम डावलून संपूर्ण शहरात फिरत मदत मागण्यास प्रारंभ केला. आपल्या या कार्यात त्यांनी काही मदतनीस सोबतीला घेतलं. त्या गल्लोगल्ली फिरून लोकांकडून खाद्यपदार्थ, कपडे इत्यादी साहित्य गोळा करत आणि ते विद्यार्थिनींमध्ये तसंच अन्य शरणार्थींमध्ये वाटून टाकत असत.

कधी कधी ही भयानक हिंसक दृश्यं पाहून मदर मनोमन खूपच व्यथित होत असत. या दरम्यान त्यांना लोकांकडून थोडीफार मदतही मिळू लागली होती; परंतु त्यांचं स्वतःचं प्रकृतिस्वास्थ्य मात्र ढासळू लागलं होतं. त्यांना खूपच अशक्तपणा जाणवू लागला आणि त्यांची अन्न-पाण्यावरील वासनादेखील उडाली. एकेदिवशी तर त्या बेशुद्ध होऊन रस्त्यावरच पडल्या. आता त्यांची अशी अवस्था पाहून लोरेटोचे अधिकारी मात्र घाबरले. त्यांना ही मदर यांच्या प्रकृतिस्वास्थ्याविषयी चिंता वाटू लागली. म्हणून काळाची गरज ओळखून त्यांनी मदर यांना लगेच दार्जिलिंगला पाठवण्याची व्यवस्था केली, जेणेकरून त्यांच्या प्रकृतीत सुधारणा व्हावी आणि मानसिकदृष्ट्या त्यांना स्वतःला सावरता यावं. परंतु दार्जिलिंगला जात असताना मदर यांच्या मनात वेगळ्याच योजनेवर विचार-विनिमय सुरू होता. रेल्वे प्रवासादरम्यान ईश्वरकृपेने अचानक त्यांच्या मनातून एक आवाज उमटला, 'हे मुली, तुझं आयुष्य तर गोरगरिबांच्या सेवेसाठीच आहे. तू या क्षणी जे काही करत आहेस, ते करण्यासाठी या भूतलावर तुझा जन्म झालेला नाही. तू दीन-दुबळ्यांची सेवा कर आणि त्यांना आपल्या उराशी कवटाळून घे. ज्या लोकांचं जगणं म्हणजे जणू काही नरकयातनाच आहे, अशा लोकांमध्ये जाऊन त्यांच्या आयुष्यात आनंदाची निर्मिती कर.'

मदर यांनी पाहिलेल्या भयंकर दृश्यांसोबत आता ईश्वराकडून मिळालेल्या या संकेताने त्यांना आपल्या जीवनाबाबतचा नवा दृष्टिकोन अवलंबण्याचं साहस दिलं. त्यानंतर त्यांनी असा संकल्प केला, की आता त्या आपलं उर्वरित आयुष्य केवळ जनसेवेसाठीच वाहून घेणार.

या प्रवासादरम्यान त्यांनी याबाबतची संपूर्ण योजना निश्चित केली आणि ती कागदावरदेखील उतरवली. लोरेटोच्या आधिपत्याखाली राहून, त्यांच्या नियमबद्धतेमुळे आपण आपला हा संकल्प खऱ्या अर्थाने पार पाडू शकणार नाही, याची त्यांना पुरेपूर जाणीव होती, त्यामुळे त्यांनी लोरेटोला त्यागपत्र देण्याची मानसिक तयारी केली. या दरम्यान त्यांच्या मनात एका नव्या संस्थेची स्थापना करण्याचे विचार घोळू लागले. त्या संस्थेला 'मिशनरीज ऑफ चॅरिटी' असं नाव त्या देऊ इच्छित होत्या. परंतु त्यांना हे सत्य पूर्णपणे ठाऊक होतं, की लोरेटोमध्ये राहून आपण कधीही आपला हा संकल्प साकारू शकणार नाही. म्हणून दार्जिलिंगहून परतल्यानंतर त्यांनी लगेच लोरेटोचे फादर वेन यांच्याकडे जाऊन त्यांची भेट घेतली. फादर वेन हे एक युवा समाजसेवक होते.

आपल्या योजनेविषयी लवकरात लवकर फादर वेन यांना सांगावं, अशी मदर यांची इच्छा होती. फादर वेन यांनी जेव्हा त्यांची ही लिखित स्वरूपातील विस्तारपूर्वक योजना वाचली, तेव्हा त्यांच्या विचारांनी ते तर अगदी भारावूनच गेले. इतक्या कमी वयातील या नवयौवनेचं हृदय मानवतेच्या सेवेकरिता किती व्याकूळ आहे, हे पाहून तर ते निःशब्दच झाले. कारण मदर यांनी आपल्या योजनेच्या सादरीकरणात हेदेखील स्पष्ट केलं होतं, की त्यांच्या संस्थेतील सेविका जाड्याभरड्या कपड्यापासून बनवलेला पांढऱ्या रंगाचा गणवेश परिधान करतील, ज्याच्या काठाला निळ्या रंगाच्या तीन पट्ट्या असतील. मदर यांनी निश्चित केलेलं 'मिशनरीज ऑफ चॅरिटी' हे नावदेखील फादर यांना खूप आवडलं. त्यामुळे त्यांच मनापासून कौतुक केल्यावाचून त्यांना राहावलं नाही. आता याबाबतीत त्यांना नक्कीच मदत करायला हवी, असाही विचार ते करू लागले.

त्यांनी टेरेसांना सांगितलं, ''मी तुमची योजना खूपच गंभीरपणे वाचली आहे आणि मला मनापासून आपल्या विचारांविषयी आदर आहे. निर्धन आणि असहाय लोकांविषयी केवळ विचार करून आणि त्यांना कोरडी सहानुभूती दाखवून काहीही होणार नाही. कोणत्या न कोणत्या प्रकारे त्यांना आर्थिक तसंच मानसिक साहाय्याचीही गरज असते. आपल्याकडून त्यांच्यासाठी उचललं गेलेलं हे पाऊल खरंतर त्यांच्यासाठी खूपच दिलासादायक सिद्ध होऊ शकतं. कदाचित या कार्यात माझी आपल्याला मदत व्हावी; ही ईश्वराचीदेखील इच्छा असावी. परंतु यासाठी सर्वांत आधी आपल्याला लोरेटोच्या मुख्यालयात जाऊन तिथून निवृत्त होण्यासाठी त्यांच्याकडून परवानगी घ्यावी लागेल.''

या दरम्यान फादर वेन यांनी लोरेटोच्या मुख्यालयात मदर यांच्या या योजनेविषयीची जाणीव करून दिली. तेथील अधिकाऱ्यांनीदेखील मदर यांच्या या योजनेत रुची दाखवली; परंतु याविषयी इतर अधिकाऱ्यांशी सल्ला-मसलत केल्यानंतरच आपलं मत व्यक्त करणं त्यांना योग्य वाटलं. ते अधिकारीदेखील मदर यांच्याशी उत्तम प्रकारे परिचित होते. अशा प्रकारे एका दीर्घ प्रतीक्षेनंतर मदर यांना औपचारिकपणे लोरेटो सोडण्याची आणि 'मिशनरीज ऑफ चॅरिटी' नावाची संस्था सुरू करण्याची परवानगी देण्यात आली.

ही बातमी म्हणजे मदरसाठी एखाद्या चमत्कारापेक्षा कमी नव्हती. त्यांनी मनातल्या मनात ईश्वराला नमस्कार केला आणि आपला मनोवांछित संकल्प पूर्ण करण्याची शक्ती मिळण्याविषयी त्याच्याकडे प्रार्थना केली. या पवित्र अशा कार्यात सहकार्य केल्याबद्दल त्यांनी आपल्या सर्व सहकाऱ्यांचे, तसेच अधिकारीवर्गाचेही मनापासून आभार मानले. लोरेटोच्या सदस्यांना जेव्हा मदर यांच्या लोरेटो सोडून जाण्याविषयी समजलं, तेव्हा त्यांना खूपच आश्चर्य वाटलं. त्यांपैकी कित्येकांचे डोळे तर अश्रूंनी डबडबले. कारण अजूनही मदर यांच्या प्रकृतीत म्हणावी अशी सुधारणा झालेली नव्हती, याची त्यांना भीती वाटत होती. मग आता त्या कोलकात्याच्या गल्ली-बोळांत फिरत राहून कशा प्रकारे स्वतःला सुरक्षित ठेवू शकतील! हीदेखील विचार करण्यासारखी बाब होती. लोरेटोमध्ये त्यावेळी एक विचित्र असं वातावरण होतं. सर्वबाजूने वेगवेगळ्या प्रतिक्रिया समोर येत होत्या. परंतु अधिकारीवर्गाकडून सर्वांना या सूचना दिल्या गेल्या होत्या, की कोणीही मदर यांच्या विरोधात कोणत्याही प्रकारची टीकाटिप्पणी, कौतुक किंवा गुण-दोषांचं विवेचन करू नये, तर प्रत्येकाने त्या सुरू करत असलेल्या महान कार्याबद्दल त्यांना केवळ शुभेच्छाच द्याव्यात आणि त्यांना लोरेटोतून आनंदाने निरोप द्यावा.

याच दरम्यान मदर यांनी आपल्या आईलाही एक पत्र लिहून, आपल्या संकल्पाची आठवण करून दिल्याबद्दल तिचे आभार मानले. आता आपण पूर्णपणे आपल्या संकल्पाच्या दिशेने अग्रेसर झालेलो आहोत, असं आश्वासनही त्यांनी आपल्या आईला या पत्राद्वारे दिलं.

निःस्वार्थ जीवनाचं स्वरूप

मनुष्य जेव्हा स्वतःकरिता काही मिळवण्याचा प्रयत्न करतो, तेव्हा त्याला स्वतःमध्ये खूप काही त्रुटी जाणवू लागतात, ही आश्चर्याची बाब नव्हे का? त्याला वाटतं, 'माझ्यात आत्मविश्वासाची कमतरता आहे... मला योग्य असा निर्णय घेता येत नाही... लोकांना माझं म्हणणं पटत नाही... सर्वांशी मिळून-मिसळून राहण्याचा गुणधर्म माझ्यात नाही... माझ्यात साहसाची कमतरता आहे...' इत्यादी. परंतु ज्या क्षणी निःस्वार्थ जीवनाला प्रारंभ होतो, त्याच क्षणापासून सर्व काही बदलू लागतं. ते सर्व गुण त्याच्यात आपोआपच येऊ लागतात, ज्यांची त्याने कधी कल्पनाही केलेली नसते. मदर यांनीदेखील साहस आणि हिंमत यांच्या बळावर लोरेटोचा त्याग करून गरिबांची सेवा करण्याचा निर्णय घेतला.

असं म्हटलं जातं, की एखाद्याने काही करण्याचा ठामपणे निश्चय केला, तर सगळं जग त्याची मदत करण्यासाठी धाव घेतं, इतकंच नव्हे तर निसर्गही त्याला मदत करण्यास तत्पर असतो. अगदी अशाच प्रकारे लोरेटोतील प्रत्येक अधिकारी, सहकारीही मदर यांच्या प्रामाणिक विचारांनी प्रभावित होऊन त्यांच्या उद्दिष्टपूर्तीमध्ये साहाय्यक ठरण्यासाठी तत्पर होता. कारण इथे केवळ एक-दोन व्यक्तींचा नाही, तर संपूर्ण जगताचा, विश्वाचा विचार केला जात होता. त्यामुळेच आज संपूर्ण जगभरातून मदर यांच्या या निःस्वार्थ कार्याचं कौतुक होत आहे. त्यांच्याकडून असहाय पीडितांच्या सेवेचं असं काही अलौकिक कार्य घडलं, जे युगानुयुगे इतरांकरिता प्रेरणास्रोत बनून राहील.

भाग १०
उद्दिष्टाच्या दिशेने पहिलं पाऊल

निर्मळ भाव असलेली व्यक्ती प्रत्येक क्षेत्रात प्रगती करते...

मदर टेरेसा ज्या मिशनची सुरुवात करू पाहत होत्या, त्यासाठी उपयुक्त अशा कोणत्याही प्रकारच्या वैद्यकीय चिकित्सेचं ज्ञान अथवा अनुभव त्यांच्याकडे नव्हता. त्यामुळे मदर यांनी आपल्या कार्यास सुरुवात करण्याआधी, वैद्यकीयदृष्ट्या प्रशिक्षित व्हावं, असा विचार त्यांचे शुभचिंतक फादर वेन यांनी केला. म्हणून त्यांनी आधी पाटना येथे जाऊन वैद्यकीय चिकित्साशास्त्राचं प्रशिक्षण घ्यावं आणि त्यानंतरच आपल्या कार्यास प्रारंभ करावा, असा सल्ला त्यांनी मदर यांना दिला. मदर यांनीदेखील फादर वेन यांचा हा सल्ला मान्य करून लगेच पाटना येथे जाण्याची तयारी दर्शवली.

पाटना येथे जाण्याआधी मदर यांना लोरेटोकडून साश्रू नयनांनी भावपूर्ण निरोप, तसंच त्यांच्या या प्रामाणिक कार्याबद्दल अनेक शुभेच्छाही मिळाल्या. त्याकाळी बंगालमध्ये राहणाऱ्या गरीब स्त्रिया पांढऱ्या रंगाची साडी परिधान करत असत. त्या साडीच्या काठास निळ्या रंगाच्या तीन पट्ट्या असत. मदर यांनीदेखील तशाच पांढऱ्या

रंगाच्या तीन साड्या विकत घेतल्या आणि लोरेटोचा गणवेश सोडून अशी साडी परिधान केली.

फादर वेन यांनी पाटना येथील होली फॅमिली हॉस्पिटल (Holy Family Hospital) येथे मदर यांच्या प्रशिक्षणाची व्यवस्था करून दिली होती. १७ ऑगस्ट, सन १९४८ रोजी मदर यांनी पाटनाच्या दिशेने प्रयाण केलं. हे त्या काळातील सुप्रसिद्ध असं रुग्णालय होतं. तिथे अनेक नन्स डॉक्टर म्हणून कार्यरत होत्या. रुग्णालयाच्या इमारतीतच एक नर्सिंग स्कूलदेखील होतं. तिथेच मदर यांच्या प्रशिक्षणाचा प्रारंभ झाला आणि हळूहळू त्यांना चिकित्साशास्त्रातील विविध पद्धतींचं ज्ञान मिळत गेलं.

रुग्णालयात अनेक आजारांनी ग्रासलेले रुग्ण येत असत. त्यांच्यावर केले जाणारे उपचार मदर अगदी बारकाईने पाहत असत आणि त्यांचा सखोल अभ्यासही करत असत. त्यांना ऑपरेशन थिएटरमध्येदेखील मदतीसाठी घेतलं जात असे. अशा वेळी डॉक्टरांकडून केल्या जाणाऱ्या अवघड शस्त्रक्रियाही त्या बारकाईने बघत. उपचारांकरिता आलेला रुग्ण जेव्हा काळाच्या जबड्यात जाताना त्या पाहत, तेव्हा त्यांचं हृदय अगदी पिळवटून निघत असे. मग त्या ईश्वराकडे त्याच्या आत्म्यास शांती मिळावी, अशी प्रार्थनादेखील करत असत.

प्रशिक्षणादरम्यान मदर यांना रुग्णांचा बिछाना लावणे; त्यांना इंजेक्शन देणे, तसंच त्यांच्या आजारानुसार वेगवेगळ्या प्रकारची औषधं देणे, गर्भवती महिलांच्या प्रसूतीदरम्यान त्यांची मदत करणे, रुग्णांच्या स्वास्थ्याकरिता त्यांना योग्य असा पोषक-सात्त्विक आहार देणे, त्यांच्या स्वच्छतेची योग्य काळजी घेणे, त्यांना अंघोळ घालणे, त्यांचे कपडे बदलणे यांसारखी अनेक प्रकारची कामं शिकण्याची संधी, त्यासाठीची मदतही मिळे. या प्रशिक्षणादरम्यान त्या आपल्या मिशनची रूपरेषाही ठरवत होत्या आणि कागदावरही उतरवत होत्या.

मदर यांच्यात नेहमी एका अदृश्य अशा शक्तीचा संचार होत असे, त्यामुळे रुग्णांना वेदना सहन करण्याची शक्ती मिळत असे. म्हणूनच तर वेदनेने विव्हळत- ओरडत असलेले रुग्णदेखील काही मिनिटांतच आपल्या वेदना विसरून मदर यांच्या चेहऱ्यावर फुललेल्या मधुर हास्यात हरवून जात असत. मदर यांचा हा उपजतच प्रेमळ प्रभाव होता, जो विनासायासच एखाद्या अनोळखी व्यक्तीशीही एक अनोखा नातेबंध निर्माण करत असे. त्यांचे डोळे, त्यांचा स्पर्श, त्यांची बोलण्याची पद्धत, तसंच आपुलकीचं

प्रेमळ वर्तन यांच्यात अशी काही जादू होती, की प्रत्येक जण त्यांच्या प्रभावाखाली आल्यानंतर मोठ्यात मोठा त्रासदेखील विसरून जात असे.

अशा प्रकारे मदर यांच्या प्रशिक्षणाचा एकेक दिवस, त्यांना उद्दिष्टाच्या अगदी जवळ घेऊन जात होता. त्यांना कोलकाता सोडून तीन महिने झाले होते. आता त्यांचं मन कोलकात्यातील गलिच्छ वस्त्यांभोवतीच फिरू लागलं होतं. त्या लवकरात लवकर पुन्हा तिथे परतून आपल्या कार्याचा आरंभ करू इच्छित होत्या. याच दरम्यान त्यांनी फादर वेन यांना एक पत्र लिहून कोलकात्यास परतण्याची परवानगी मागितली. परंतु फादर यांचा विचार होता, की मदर यांनी आणखी किमान तीन महिनेतरी पाटना येथेच थांबावं. कारण मदर पुन्हा जेव्हा कोलकात्यास परतील, तेव्हा त्यांच्यात परिपूर्ण योग्यता आणि दृढ आत्मविश्वास असायला हवा. परंतु मदर यांनी त्यांना उलटटपाली लिहिलं, की मी आपल्या प्रत्येक क्षणाचा सदुपयोग करून सहा महिन्यांचं प्रशिक्षण तीन महिन्यांतच आत्मसात करून घेतलं आहे. म्हणून आता अधिक काळ पाटनात घालवणं, मला योग्य वाटत नाही.

मदर यांच्यातील इच्छाशक्ती आणि संकल्पाच्या दिशेने इतक्या तीव्रतेने होत असलेली त्यांची वाटचाल पाहून फादर वेन यांना खूपच आनंद झाला. त्यांच्यातील आत्मविश्वास पाहून, मनोमन त्यांचं कौतुक केल्यावाचून त्यांना राहावलंच नाही. म्हणून त्यांनी अत्यंत आदराने मदर यांना कोलकात्यास परतण्याची परवानगी दिली. ९ डिसेंबर, सन १९४८ हाच तो दिवस, ज्या दिवशी मदर आपलं प्रशिक्षण पूर्ण करून पुन्हा कोलकात्यास परतल्या.

कोणत्याही कार्यास सुरुवात करण्यापूर्वी आपण शारीरिक, मानसिक, तसंच बौद्धिक पातळीवर प्रशिक्षित असणं किती अत्यावश्यक आहे, हेच या घटनेच्या आशयातून स्पष्ट होतं. खरंतर कोणताही गुण अथवा कला ही काही मनुष्य आपल्या आईच्या पोटातूनच शिकून येत नाही. परंतु ज्या शरीराकडून जी अभिव्यक्ती होत असते, त्यासाठी आवश्यक असणाऱ्या गुणांची पूर्वतयारी मात्र खूप आधीपासूनच करून घेतली जात असते. हाच धडा आणि तसे पुरावेदेखील आपल्याला मदर यांच्या या प्रशिक्षणकाळातून पाहावयास मिळतात.

दुसरा बोध, जो या भागातून घेण्यायोग्य आहे, तो म्हणजे- प्रशिक्षित शरीराचं महत्त्व.

प्रशिक्षित मनुष्य कधीही पद, पैसा, प्रतिष्ठा यात गुंतून न राहता नेहमी नवनव्या

गोष्टी आत्मसात करण्यावर, आपल्या अंतरंगातील सद्गुणांची वृद्धी करण्यावरच भर देतो, आपलं लक्ष केंद्रित करतो.

मदर टेरेसा यांची आपलं उद्दिष्ट आणि ही जगत्रूपी कार्यशाळा यांच्याविषयीची भूमिका अगदी सुस्पष्ट अशी होती. म्हणूनच तर त्या सहा महिन्यांचं प्रशिक्षण अवघ्या तीनच महिन्यांत पूर्ण करू शकल्या. शिवाय सर्वांनी, इतकंच काय नव्हे, तर अगदी निसर्गानेदेखील (ईश्वरानेदेखील) त्यांचं कार्य पुढे नेण्यास त्यांना सहकार्य केलं. याच कारणामुळे त्या कधीही कोणत्याही असुविधेमुळे, अथवा कोणत्याही अनोळखी लोकांच्या टीका-टिप्पणीमुळे डगमगल्या नाहीत; तर पूर्ण एकाग्रतेने, सजगतेने, तन्मयतेने, दृढतेने आणि धैर्याने आपल्या प्रशिक्षणावर ठाम राहिल्या... आणि येथूनच 'मिशनरीज ऑफ चॅरिटी'चा भक्कम पाया रचला गेला.

आपल्यातील सर्वोच्च शक्यता प्रकट करण्यासाठी जी शक्ती आपल्याकडे उपलब्ध आहे, तिचा सदुपयोग तर करावाच लागेल; पण त्याचबरोबर जी शक्ती आपल्याला लाभलेली नाही, तीसुद्धा आपल्यामध्ये निर्माण करावी लागेल. जी कला आपल्याला अवगत नाही, तीदेखील शिकून घ्यावी लागेल.

सद्यःस्थितीत जर एखादं उद्दिष्ट मनाशी बाळगून आपण एखाद्या कार्याशी निगडित असाल, तर आपण स्वतःलाच एक प्रश्न नक्की विचारा, 'आजच्या दिवशी मला कोणकोणत्या गुणांची जास्त आवश्यकता आहे आणि त्या गुणांची वृद्धी मी माझ्यात कशा प्रकारे करू शकतो? कोणतं कार्यकौशल्य वाढविल्याने माझ्यासाठी उद्दिष्टपूर्ती सहज-सुलभ होऊ शकेल?' अन्यथा कोणीतरी केवळ विचारतच राहील, 'अरे! अशा स्थितीत आता मी काय करू... मला तर काही केल्या हे काम जमतच नाही... आता माझं कसं होईल...?' अशी स्थिती जेव्हा निर्माण होते, तेव्हा मदर टेरेसायांच्या जीवन- चरित्रातून प्रेरणा घेऊन केवळ इतकंच म्हणता येईल, की 'मी काय करू शकत नाही, हे इतरांना सांगत बसू नका; तर मी काय करू शकतो, हे सांगा आणि त्वरित ते कार्य करण्यास प्रारंभ करा.' अर्थात, आपल्या उद्दिष्टाला केवळ आपल्या विचारांच्या मर्यादेतच सीमित न ठेवता, ते प्रत्यक्षात उतरवण्यास सुरुवात करा.

भाग ११

सेवा परमो धर्मः

सुंदर तर तोच असू शकतो, जो कल्याणकारी असेल
आणि कल्याणकारी तोच असू शकतो, ज्याचं हृदय पवित्र असेल
आणि हृदय तर त्याचंच पवित्र असू शकतं,
जो उत्तम कार्य करत असेल...

वैद्यकीय प्रशिक्षण प्राप्त करून कोलकात्याला परतल्यानंतर मदर यांची राहण्याची व्यवस्था सेंट जोसफ होम येथे करण्यात आली. हे घर कोलकात्यातील सर्क्युलर रस्त्यावर स्थित होतं. दुसऱ्या दिवसापासूनच मदर यांची एकाकीपणे आपल्या ध्येयाच्या दिशेने वाटचाल सुरू झाली. त्यांनी पांढऱ्या रंगाची साडी परिधान केली आणि एका बसमध्ये बसून त्या थेट मोतीझील येथील वस्तीत जाऊन पोहोचल्या.

मदर यांनी तेथील लोकांना सांगितलं, की त्यांना मोतीझील वस्तीत एक अशी शाळा सुरू करण्याची इच्छा आहे, जिथे लहान मुलांना प्रशिक्षण दिलं जाऊ शकेल. यासाठी त्यांनी तेथील लोकांना तयारही केलं. पण काही लोकांना मात्र ही गोष्ट आवडली नाही. त्यांना प्रश्न पडला, एक इंग्रज महिला या गलिच्छ वस्तीत येऊन नस्ती उठाठेव का करू इच्छित आहे? अशा प्रकारे त्यांना नाना शंका-कुशंका येऊ लागल्या. ज्या वस्तीत कोणीही प्रतिष्ठित मनुष्य येत नाही, तिथे ही विदेशी महिला शाळा का सुरू करू इच्छितेय? पण इतकं झालं तरी

मदर मात्र आपल्या निश्चयावर ठाम होत्या.

त्यावेळी मोतीझील वस्तीत राहणाऱ्या लोकांची परिस्थिती इतकी नैराश्यजनक होती, की त्या लोकांना दोन वेळच्या भोजनापुरतं कमावणंदेखील महाकठीण असं कर्म होतं. अशा स्थितीत ते आपल्या मुलांना शाळेत कसं काय पाठवू शकणार होते? परंतु मदर यांनी त्यांना शिक्षणाचं महत्त्व समजावताना सांगितलं, "शिक्षणाशिवाय मनुष्य आपल्या आयुष्यात कधीही प्रगती करू शकणार नाही तसंच शिक्षणाशिवाय त्याचं दारिद्र्यही कधी दूर होऊ शकणार नाही." मदर यांचा हा उपदेश ऐकून आता लोकांना वाटू लागलं, की ही परदेशी महिला योग्य तेच सांगत आहे. मग तिथे राहणाऱ्या बहुसंख्य कुटुंबातील मुलं वयात येताच कोणत्या न कोणत्या कामाला स्वतःला जुंपून घेत आणि आपल्या कुटुंबीयांकरिता थोड्याफार मिळकतीचं साधन बनत असत. आता तेथील लोकांनी मदर यांना वचन दिलं, की यापुढे ते आपल्या मुलांना नक्कीच शाळेत पाठवतील.

सेंट मेरी शाळेतील मुलं फादर हेन्री यांच्याबरोबर नेहमी त्या वस्तीत येत असत. तिथे काही कुटुंबं अशीही होती, ज्यांची मुलं सेंट मेरी शाळेत शिक्षणासाठी जात असत. अशा मुलांचे आई-वडील मदर यांना खूपच उत्तम प्रकारे ओळखत असत. त्यांना जेव्हा मदर यांच्या या योजनेविषयी समजलं, तेव्हा त्यांना त्यांचं कौतुक केल्यावाचून राहावलंच नाही. अशा प्रकारे पहिल्या दिवसापासूनच मदर या मोतीझील वस्तीच्या गल्ली-बोळांतून फिरत लोकांना भेटत राहिल्या. तेव्हा तिथल्या पुष्कळशा लोकांनी मदर यांना सहकार्य करण्याची इच्छा प्रदर्शित केली. तसंच आपल्या मुलांना शाळेत पाठवण्यास आणि त्यांना शिकू देण्यासही आपण तयार असल्याचं सांगितलं.

कुणीतरी खरंच म्हटलंय- 'मी झोपी गेलो आणि स्वप्नात पाहिलं, की आयुष्य म्हणजे सुख होतं. मी जागा झालो आणि पाहिलं, तर आयुष्य म्हणजे सेवा होतं. मी काम करू लागलो आणि अनुभवलं, की सेवा म्हणजे खरंच सुख होतं.' अगदी या पंक्तीत दडलेल्या भावार्थाप्रमाणेच मदर यांच्या सेवेतूनही प्रामाणिक तळमळीचंच दर्शन होतं. आपल्या संपूर्ण हयातीत त्यांनी जे काही सेवाकार्य केलं, ते पूर्णपणे ठाम विश्वासाने, निष्ठेने, प्रेमाने आणि समर्पणाच्या भावनेनेच केलं. त्यामुळे, प्रामाणिक तळमळ आणि दृढ इच्छाशक्तीने जगातील कठिणातील कठीण असं कार्यदेखील अगदी सहजपणे पूर्णत्वास जाऊ शकतं, हेच सिद्ध होतं.

रस्त्याच्या कडेला शाळा

मोतीझील वस्तीतून परतल्यानंतरच मदर यांनी मोकळा श्वास घेतला. खरंतर

त्यांच्या मनात खळबळ माजली होती. दुसऱ्या दिवशी किती लोक आपल्या मुलांना शिकण्यासाठी शाळेत पाठवू शकतील, याविषयी त्या शाशंक होत्या. परंतु त्यांना या गोष्टीचा आनंददेखील झालेला होता, की आज त्यांनी आपल्या संकल्पास किमान प्रारंभ तरी केला होता! एक असा संकल्प, ज्याच्यासाठी त्या आपला देश, आपले कुटुंबीय, आपले नातेवाईक सारं काही सोडून एका परक्या देशात आल्या होत्या.

दुसऱ्या दिवशी प्रातःकाळी त्या लवकर अंथरुणातून उठल्या आणि आवराआवर करून, तयार होऊन, बसने मोतीझील येथील वस्तीत जाऊन पोहोचल्या. त्यांच्याकडे मुलांना शिकवण्यासाठी कोणत्याही प्रकारची शैक्षणिक साधन-सामग्री उपलब्ध नव्हती, होतं ते केवळ मुलांना शिकवण्याचं भारावलेपण! त्या अवस्थेतच त्या मोतीझील वस्तीत पोहोचल्या आणि त्यांनी पाहिलं, की पाच छोटी छोटी मुलं आपली प्रतीक्षा करत आहेत. मळकट-कळकट दिसणारी ती मुलं आश्चर्याने मदर यांच्याकडेच पाहत होती. मदर यांनी खूप प्रेमाने त्यांच्या डोक्यावरून हात फिरवला आणि त्यांना आशीर्वाद दिला. मग त्यांनी बंगाली भाषेत त्यांची चौकशी केली, जेणेकरून त्यांच्यात जिव्हाळा निर्माण व्हावा.

त्यावेळी मदर यांच्याकडे शाळेसाठी एखादी विशिष्ट अशी जागाही उपलब्ध नव्हती. म्हणून त्यांनी रस्त्याच्या कडेला एका मोकळ्या जागेत झाडाखालीच मुलांना बसवलं आणि तिथेच आपल्या वर्गाला सुरुवात केली. आश्चर्याची गोष्ट म्हणजे, की ही एक अशी शाळा होती, जिथे इमारत, वर्गखोल्या, पुस्तकं, टेबल-खुर्ची अशी कोणतीही शैक्षणिक साधन-सुविधा उपलब्ध नव्हती, होती ती केवळ एक शिक्षिका आणि पाच फाटक्या कपड्यांतील लहान मुलं!

आता मुलांच्या शिक्षणाबरोबरच मदर यांच्या मिशनलादेखील सुरुवात झाली. त्यांनी एक वाळलेली काटकी हाती घेतली आणि तिनेच जमिनीवरच्या मातीत इंग्रजी आणि बंगाली भाषेतील धुळाक्षरं गिरवत मुलांना अक्षर-ज्ञान देण्यास सुरुवाती केली. मुलांकडून अक्षरं गिरवून घेण्याबरोबरच, त्यांचा उच्चार कसा करावा हेदेखील त्या आता त्यांना समजावून सांगू लागल्या. यामुळे त्या मुलांच्या चेहऱ्यावर समाधानाचं प्रसन्न असं हास्य झळकताना दिसू लागलं आणि त्यांच्या लक्षात आलं, की मुलं शिकण्याचा आनंद घेत आहे.

रस्त्यावरून येणारे-जाणारे लोकदेखील तिथे थांबून मदर आणि त्यांच्या या विलक्षण शाळेकडे कौतुकाने पाहत होते. एक परदेशी महिला किती तन्मयतेने मुलांना

शिकवण्यात मग्न झाली आहे, हे पाहून त्यांनादेखील आश्चर्यच वाटत होतं. परंतु मदर मात्र इतर कोणताही विचार न करता अगदी एकाग्रतेने मुलांना शिकवण्यात गुंग झाल्या होत्या. त्या मनातल्या मनात विचार करत होत्या, जे लोक आता आपल्याकडे कुतूहलाने पाहत आहेत, तेसुद्धा एके दिवशी त्यांच्या मुलांना आपल्याकडे शिकण्यासाठी पाठवतीलच.

मदर यांचा शाळेचा पहिला दिवस खूप उत्तम प्रकारे व्यतीत झाला. त्यांना याच गोष्टीचा आनंद होत होता, की आज जर पाच मुलांच्या आई-वडिलांनी त्यांना शिकवण्यासाठी पाठवलं आहे, तर उद्या आणखीही काही मुलं नक्कीच येतील. अखेर त्यांच्यातील हा सकारात्मक विचारच फलद्रूप होऊ लागला. दुसऱ्या दिवशी त्या जेव्हा वस्तीत पोहोचल्या, तेव्हा त्यांनी पाहिलं, की तिथे मुलांची खूपच गर्दी जमली होती. शिवाय त्या सर्वांनी मदर यांना दूरवरून पाहूनच हात हलवून अभिवादन केलं. मदर यांनीदेखील त्यांच्याकडे पाहून सस्मित मधुर हास्य केलं.

आज पहिल्या दिवसापेक्षा खूप जास्त प्रमाणात लोकांची गर्दी जमली होती. त्यांतील कित्येक लोक हे आपल्या मुलांना शिकवण्याकरिता मदर यांची भेट घेण्याच्या उद्देशाने तिथे आलेले होते. पुन्हा एकदा मदर यांनी आपल्या वर्गास प्रारंभ केला आणि पहिल्या दिवसासारखंच सर्वांना जमिनीवर बसवून त्या तन्मयतेने त्यांना शिकवू लागल्या.

मुलांची शिकवणी संपल्यानंतर त्या वस्तीमध्येच एखादं स्वच्छ ठिकाण पाहून, तिथेच आपलं माध्यान्हीचं भोजन उरकत असत. मग त्या वस्तीत फिरून तेथील लोकांना भेटत आणि त्यांच्या समस्या ऐकून घेत असत. तेथील प्रत्येकाच्या वेगवेगळ्या समस्या होत्या. त्या प्रत्येकाची करुण कहाणी ऐकून मदर यांचं हृदय पिळवटून जात असे. अशा वेळी त्या प्रत्येक मनुष्याचं त्याच्या समस्येनुसार सांत्वन करून, त्याच्यात विश्वास निर्माण करत असत, 'तुम्ही अजिबात चिंता करू नका, एके दिवशी ईश्वर सर्वकाही ठीक करणार आहे.'

लोकांना नेहमी हे जाणून घ्यायची उत्कट इच्छा असे, त्या अशा प्रकारे एका परक्या देशात येऊन हे काम का करत आहेत? परंतु मदर मात्र त्यांचा हा प्रश्न ऐकून केवळ मधुर मंदस्मित करत असत.

"भूतदयेला कधी कोणत्याही देशाच्या सीमा लागू पडत नाहीत आणि तिचा कोणता धर्मही असू शकत नाही. मानवतेचं कल्याण, हे तर प्रत्येकाचं आद्य कर्तव्यच आहे, त्यासाठी सारा मानवसमाज हा एकसमान आहे. अशा स्थितीत संपूर्ण विश्वभरात

राहणाऱ्या जीवमात्रांची मदत करून त्यांच्या हिताविषयी विचार करणं हा तर आपला परमधर्म आहे.

ज्या लोकांकडे ईश्वराने दिलेलं सर्वकाही आहे, ते सुखी आहेत. परंतु ज्या लोकांवर ईश्वराची अशी कृपादृष्टी झालेली नाही, त्यांना साहाय्य करणं हीच खरी मानवता होय. जर एखादा रुग्ण मदतीसाठी याचना करत असेल, तर आपण कधीही त्याकडे दुर्लक्ष न करता, त्याच्या मदतीसाठी सदैव तत्पर असायला हवं. त्यामुळे ईश्वरदेखील प्रसन्न होतो आणि लोकांचाही मानवतेवरील विश्वास अधिकाधिक दृढ होऊ लागतो. म्हणून मलासुद्धा लोकांच्या व्यथा-वेदना समजून घेऊन, त्या कमी करायला आवडतं."

मदर यांच्या मुखातून अशा प्रकारच्या गोष्टी ऐकून इतर लोकांमध्येदेखील सेवाभाव निर्माण होत असे. मग तेदेखील संकल्प करत असत, की जितकी शक्य होईल, तितकी इतरांना मदत नक्कीच करायला हवी.

मोतीझील वस्तीतून सायंकाळी घरी परतल्यानंतर मदर आपले दररोजचे अनुभव कागदावर लिहूल ठेवत असत. संपूर्ण दिवसाची दिनचर्या लिहिल्यानंतर, आपल्या मिशनला आपण अधिक सशक्त कसं करू शकतो, यावर त्या गहन विचार करत असत. या विषयावर त्या नेहमी आर्चबिशप यांच्याशीदेखील सल्लामसलत करत असत.

कालमानानुसार मदर यांची दैनंदिन दिनचर्या अधिकाधिक व्यग्र होत गेली. कधीकधी तर त्यांना आपले दैनंदिन अनुभव लिहून ठेवण्यासाठीही वेळ मिळत नसे. त्यांच्या शाळेत येणारी काही मुलं शाळा सोडून जात, तसंच काही नवी मुलंही शाळेत येत असत. कारण मदर यांना माहीत होतं, की बहुतांश मुलांच्या आई-वडिलांना मुलांना शाळेत पाठवायला आवडत नसे. कारण ते त्यांच्याकडून मजुरी करवून घेत आणि त्यामुळे त्यांना काही आर्थिक उत्पन्न मिळत असे. तरीही मदर त्या वस्तीत फिरून अशा पालकांना समजावत राहिल्या.

भाव, विचार, वाणी आणि क्रिया यांच्यातील एकरूपता

कोणताही मनुष्य आपल्या उद्दिष्टाची तेव्हाच पूर्तता करू शकतो, जेव्हा त्याच्यातील भाव, विचार, वाणी आणि क्रिया या एकाच दिशेने कार्यरत असतील. अन्यथा मनुष्य विचार करतो काही वेगळाच, बोलतो काही भलतंच आणि करतो काही वेगळंच. या वृत्तीचा त्याच्या कार्याच्या गुणवत्तेवर परिणाम तर होतोच; त्याचबरोबर त्याच्या कार्यात यामुळे विविध अडचणीही येऊ शकतात.

भाव, विचार, वाणी आणि क्रिया यांचा अद्भुत संगम मदर यांच्या व्यक्तिमत्त्वात आपल्याला पाहायला मिळतो. याच कारणामुळे त्यांच्या आयुष्यात एकाहून एक अधिक सरस अशा संधी त्यांना मिळाल्या, ज्यांचा त्यांनी पुरेपूर उपयोगही करून घेतला. दुःखी आणि पीडित यांच्याविषयीची करुणा तर त्यांच्या मनात अगदी सुरुवातीपासूनच होती, त्यानुसारच त्यांची सेवाही आपल्या हातून घडावी अशी त्या मनःपूर्वक प्रार्थना करत असत. त्यांची मधुर वाणी, चेहऱ्यावरचं हास्य हा तर त्यांच्या व्यक्तिमत्त्वाचा अविभाज्य असा भाग होता. आपल्या विचारांना प्रत्यक्षात उतरवण्यासाठी त्यांना किती आपत्तींचा सामना करावा लागला, हे तर जगजाहीरच आहे. मोतीझीलसारख्या मागास आणि अठरा विश्व दारिद्र्य असलेल्या वस्तीत त्या शाळा सुरू करू शकल्या, ही तर त्यांच्या या परिश्रमांचीच फलप्राप्ती होती.

सुविधांचा कितीही अभाव असला तरी त्या आपल्या कर्तव्यापासून कधीही मागे हटल्या नाहीत. आपलं सेवाकार्य करताना त्यांनी कधीही सुविधांचा विचारसुद्धा केला नाही. सेवाकार्याला सुरुवात करताना पहिल्या दिवशी शाळेसाठी त्यांच्याकडे ना कोणती जागा उपलब्ध होती, ना कोणी मदतनीस. तरीही त्या आपल्या निश्चयावर ठाम होत्या. कोणत्याही प्रकारच्या सुविधा नसल्या तरी त्यांनी आपल्या प्रयत्नांत सातत्य ठेवलं. अशा प्रकारे निःस्वार्थ सेवेची आवड असणाऱ्या प्रत्येकासाठी मदर यांचं हे उदाहरण म्हणजे जणू काही प्रेरणास्रोतच!

भाग १२

टीका-टिप्पणीशी सामना

छोट्या छोट्या गोष्टींमध्येही प्रामाणिक राहा
कारण त्यातच आपली शक्ती सामावलेली असते...

मदर यांचं प्रेमळ वर्तन मोतीझील वस्तीतील लोकांच्या नजरेपासून दडू शकलं नाही. आतापर्यंत तिथे राहणाऱ्या लोकांना हे समजलं होतं, की ही महिला प्रत्येकाची व्यथा-वेदना दूर करण्यासाठी सदैव तत्पर असते. वस्तीमधील कोणतंही कार्य करताना कितीही अडचणी आल्या, कितीही त्रास सहन करावा लागला, तरी इथल्या लोकांबाबतचं त्यांचं वर्तन हे सहानुभूतीचंच असतं. त्यांच्या या प्रेमळ व्यवहाराच्या प्रभावामुळे लोकसुद्धा त्यांच्याशी आदरानेच वागत असत. वस्तीतील घराघरांत, गल्लोगल्ली, रस्त्यावरून येणाऱ्या-जाणाऱ्यांत, इतकंच काय, पण तिथून बस अथवा ट्रामद्वारे प्रवास करणाऱ्या लोकांमध्येसुद्धा आता मदर यांचाच विषय चर्चिला जात असे. त्यांचं वर्तन इतकं प्रेमळ असे, की प्रत्येक जण त्यांच्या प्रभावामध्ये चुंबकीय शक्ती असल्यासारखं त्यांच्याकडे खेचला जात असे.

शाळेतही शिकण्यासाठी येणाऱ्या मुलांच्या संख्येत आता सातत्याने वाढ होऊ लागली होती. ते पाहून तिथले लोक आता मदर

यांच्या मदतीस येऊ लागले. खरंतर मदर यांना काही देण्यासारखी त्यांची आर्थिक स्थिती नव्हतीच; परंतु तरीही ते लोक त्यांना इतर काही ना काही प्रकारचं साहित्य देत असत. उदाहरणार्थ- मुलांसाठीच्या खाद्यवस्तू, दूधदुभतं, डबल रोटी, साबण, अंथरण्यासाठीची सतरंजी, फळा, खडू इत्यादी.

मदर यांना कोणत्यातरी एका धर्मप्रचारकाकडून एकदा शंभर रुपयांची रक्कम मिळाली, तेव्हा त्यांच्या आनंदाला पारावार राहिला नाही. या रकमेत तर त्या शाळेसाठी कितीतरी गोष्टी करू शकत होत्या. त्यांना मुलांना शिकवण्यासाठीच्या जागेची चिंता सर्वाधिक सतावत होती. म्हणून त्यांनी आता मोतीझील वस्तीतच दोन खोल्यांचं एक झोपडीवजा घर भाडेतत्त्वावर घेतलं.

ही जागा हाताशी आल्याने शाळेचं काम आता जोमाने सुरू झालं. लोकांकडून मदतीचा ओघसुद्धा आधीपेक्षा जास्त वाढला होता. शाळेत आता ५० मुलं येऊ लागली होती आणि त्या सर्वांना एकट्याने शिकवणं मदर यांना अवघड होऊ लागलं होतं. म्हणून त्यांनी मदतीसाठी एकूण ३ शिक्षिकांची नेमणूक केली. मदर यांच्या शाळेत मुलांना शिक्षणाबरोबरच स्वच्छतेकडेही लक्ष देण्याविषयी शिकवलं जात असे. त्याचबरोबर त्यांना नीतिमत्तेचेही धडे दिले जात असत. त्यासाठी काही नीतिकथांद्वारे त्यांच्या ज्ञानात भर घालून त्यांचं मनोरंजनही केलं जात असे.

मोतीझील वस्तीत कार्यरत असताना मदर यांच्यातील सेवाभावाविषयीचं भारावलेपण पाहून लोक आश्चर्यचकित होत असत. त्यावेळचं वातावरणच असं होतं, जिथे प्रत्येक मनुष्य केवळ आपल्या स्वार्थाविषयीच विचार करत असे. अशास्थितीत मदर यांची निःस्वार्थ सेवा, त्यांच्या सहवासात येणाऱ्या प्रत्येक मनुष्याच्या हृदयाला स्पर्श करत असे. अशा वातावरणात जिथे सारेच धन-संपत्तीसाठी हपापलेले आहेत, तिथे जर कोणी भरपूर दानधर्म करू लागला, तर एकतर लोक त्याला वेडा समजतात किंवा त्याच्या दानशूरतेमागील उद्दिष्टाविषयी शंका घेतात, चुकीचे तर्क-कुतर्क करू लागतात... जिथे लोकांच्या राहण्या-खाण्यासारख्या प्राथमिक गरजाही पूर्ण होत नसतील, तिथे जर कोणी म्हणालं, की 'सर्व काही मुबलक आहे (There is enough)' तर लोकांचा त्यावर विश्वासच बसू शकणार नाही... जिथे लोक आपल्याच उद्योगांत इतके व्यग्र असतात, की त्यांच्याकडे आपल्या लोकांसाठीही वेळ नसतो, तिथे जर कोणी परोपकार, असहाय लोकांची सेवा-शुश्रूषा करण्यासाठी वेळ देत असेल, तर त्यामागे त्याचा कोणता न कोणता स्वार्थ नक्कीच दडलेला असेल. असंच इतर लोक मानू लागतात. अशाच

प्रकारच्या टीका-टिप्पणीस, अवहेलनेस मदर यांनाही सामोरं जावं लागलं.

मोतीझील वस्तीत सुरू असलेल्या सेवाकार्यासाठी आवश्यक असणारा मदत निधी जमा करण्यासाठी मदर यांना कित्येकदा बाहेर जावं लागत असे. त्यादरम्यान काही लोक त्यांना केवळ आर्थिकच नव्हे, तर वस्तूरूपानेदेखील मदत करत असत. परंतु कधी कधी अशीही वेळ येई, ज्या दिवशी त्यांना रात्री उपाशीपोटी झोपावं लागत असे. खरंतर घरमालक आणि त्याची पत्नी यांच्यापासून काही ही गोष्ट लपलेली नव्हती; परंतु मदर या अत्यंत स्वाभिमानी होत्या, त्यांनी कधीही स्वतःसाठी कोणाकडे काही मागितलं नाही. मात्र जेव्हा त्यांनी कोणासमोर हात पसरला, तेव्हा तो केवळ इतरांच्या गरजा भागवण्यासाठीच!

क्रीक लेनमध्ये येऊन राहिल्यानंतर काही दिवसांनी मदर एकदा ट्राममधून प्रवास करत होत्या. त्यांच्याबरोबर त्यांचे घरमालकदेखील होते. हळूहळू लोकांना त्यांच्या कार्याविषयी आणि प्रामाणिक तळमळीविषयी समजत होतं. परंतु काही अल्पसंतुष्टी लोक असेही होते, जे त्यांना चुकीचं समजत, गैरसमजाने त्यांच्याविषयी व्यर्थ वावड्या उठवत असत, त्यांची अवहेलना करत असत.

एकेदिवशी ट्राममध्ये त्यांच्यासमोर बसलेले काही लोक त्यांच्याकडे टक लावून पाहू लागले आणि आपापसांत चर्चा करू लागले, ''अच्छा! म्हणजे हीच ती महिला आहे, जी परदेशातून इथे येऊन सेवाकार्य करत आहे.''

त्याचं म्हणणं ऐकून दुसरा मनुष्य म्हणाला, ''अरे नाही रे, ही काही सेवा करण्यासाठी इथे आलेली नाही, तर त्यांच्या धर्माचा प्रचार करण्यासाठी ती इथे आलेली आहे.''

तितक्यात आणखी एक मनुष्य म्हणाला, ''अरे बघ तर खरं! हिने तर भारतीय पारंपरिक पोशाख परिधान करून सगळ्यांनाच भ्रमित केलं आहे. जसं काही ती आपल्यापैकीच एक आहे आणि आपली सेवा करू इच्छित आहे. पण याच्या आड आपल्या भारतीयांचं धर्मपरिवर्तन करण्याचं इप्सित साध्य करायचं मनोरथ ती रचते आहे.''

त्या दिवशी त्या लोकांची ती चर्चा ऐकून मदर यांच्या मनाला अतिशय वेदना झाल्या; परंतु त्या तर शांतीच्या देवदूत होत्या. त्यांनी त्या लोकांच्या व्यर्थ, कोणतंही तथ्य नसलेल्या गोष्टींवर कुठलीच प्रतिक्रिया व्यक्त केली नाही. त्या केवळ इतकंच

म्हणाल्या, ''भारत हा माझा देश आहे आणि मी भारतीय आहे. इथले सारे भारतीय हे माझे बांधव आहेत.'' त्यांच्या मुखातून निघालेले हे शब्द ऐकून त्या साऱ्यांची जणू वाचाच बसली आणि त्यांना आपल्या कृत्याची लाज वाटू लागली.

मदर यांनी आपल्या संपूर्ण हयातीत हीच भावना कायम ठेवली. कोणत्याही प्रकारे अवहेलना झाली तरी, त्यांच्या मनात भारतीयांविषयी जी आत्मीयता होती, त्यात त्यांनी तसूभरही कमतरता येऊ दिली नाही. कारण त्या प्रेम, करुणा आणि दयेच्या देवता होत्या, त्यामुळे त्यांनी आपल्या निंदकांनादेखील क्षमाच केली. याविषयी कोणीतरी खरंच म्हटलं आहे, 'काहीही वाईट मानून न घेता निंदा सहन करण्याची क्षमता, हेच मनुष्याच्या महानतेचं अंतिम प्रमाण होय.'

मदर यांच्या आयुष्यातील हा प्रसंग आपल्याला हाच बोध देतो, की निंदक काय म्हणतात त्याकडे लक्ष न देता, सतत आपल्या कार्याच्या दिशेने चित्त एकाग्र करण्यातच उद्दिष्टप्राप्तीचं रहस्य दडलेलं आहे. कारण आजवर कोणत्याही निंदकाच्या सन्मानार्थ कोणताही पुतळा उभारण्यात आलेला नाही. म्हणून नेहमी हे लक्षात ठेवा, जे लोक प्रयत्न करूनही अपयशी ठरतात, त्यांची निंदा कधीही करू नये, उलट निंदा तर अशा लोकांची करायला हवी, जे कधी प्रयत्नच करत नाहीत.

म्हणूनच कच्चे नव्हे, तर पक्के बना. कित्येकदा लोक इतरांच्या तोंडून निघालेले अपशब्द ऐकून आपलं मुख्य उद्दिष्टच हरवून बसतात. परंतु मदर काही कच्च्या नव्हत्या, तर सच्च्यादिलाच्या सेविका होत्या. कितीही अवहेलना झाली तरी त्या आपल्या कार्याबाबत ठाम होत्या. त्यामुळेच त्यांना सर्व दिशांनी मदत मिळत राहिली. जणू काही आपले हात उंचावून त्यांनी ईश्वराचा धावा केला असावा आणि मग ईश्वरानेदेखील कोणत्या न कोणत्या रूपाने त्यांची ही प्रार्थना पूर्णत्वास नेली असावी.

भाग १३

संवेदनशीलता आणि सेवा

गरज ही जर शोधाची जननी (माता) असेल
तर असंतोष हा विकासाचा जनक (पिता) आहे...

मोतीझील वस्तीतून येत-जात असताना मदर यांना नेहमीच आजारी, व्याधिग्रस्त लोक दिसत, जे बहुधा रस्त्यावरच पहुडलेले असत आणि त्यांना विचारणारंही कोणी नसे. अशा रुग्णांचा औषधोपचारांअभावी जीव जातोय, हे शल्य मदर यांना नेहमी बोचत असे. कित्येकदा अशा रुग्णांकडे उपचारांसाठी पैसेही नसत आणि अनेकदा तर योग्यवेळी वैद्यकीय मदत न मिळाल्यामुळेच ते मृत्युमुखी पडत असत. अशा लोकांना पाहून मदर यांना त्यांच्याविषयी खूप सहानुभूती वाटत असे.

शाळेसाठी दोन खोल्यांची सोय झाल्याबरोबर मदर यांचं मन आता इतर योजनांवर कार्य करू लागलं. त्यांनी गरिबीने त्रस्त होऊन मृत्यूकडे वाटचाल करणाऱ्या लोकांकरिता शाळेतच दुसऱ्या खोलीत त्यांच्या राहण्याची सोय केली. खरंतर त्या छोट्याशा खोलीत जागा अशी नव्हतीच. परंतु त्या जेव्हा कधी एखाद्या गल्लीत, अथवा रस्त्याच्या कडेला आजारामुळे किंवा दैन्यावस्थेमुळे अनाथ स्त्री-पुरुष अथवा लहानग्या मुलाला मरणासन्न अवस्थेत पाहत, तेव्हा त्यांना त्या लगेच

आपल्याबरोबर आणत. शिवाय त्यांची सेवा-शुश्रूषा मनापासून करू लागत. खरंतर आपण सेवा-शुश्रूषा करत असलेली ही व्यक्ती अधिक काळ जगणार नाही, हे त्यांना चांगलच माहीत असे. परंतु तरीही त्या स्वतःकडून सेवेत कोणतीही कसर बाकी ठेवत नसत. त्यांना याच गोष्टीचा आनंद वाटे, की कमीत कमी मरताना तरी या मनुष्याला सद्‌गती लाभत आहे आणि त्याला त्याच्या आयुष्याच्या अंतकाळात तरी भरपूर स्नेह आणि सेवेचा लाभ होतो आहे.

कधी कधी त्यांचा अंतरात्मा ईश्वराकडे प्रार्थना करताना म्हणत असे -

"हे ईश्वरा, मला माहीत नाही, मी ज्या मार्गाने वाटचाल करत आहे, तो मार्ग योग्य आहे की नाही; पण माझं मन जे कार्य करण्यासाठी मला प्रेरित करतं, ते कार्य करणं मला आवडतं. रस्त्यावर विव्हळत-तडफडत पडलेल्या लोकांच्या वेदना माझ्याच्याने पाहवत नाहीत. मला वाटतं, की जगभरातील अशा सर्वच असहाय, पीडित लोकांच्या साहाय्यासाठी मी आपलं सर्वस्व वाहून घ्यावं. माझ्याकडे कोणत्याही प्रकारची धन-संपत्ती नाही, की मदतीसाठीही कोणी नाही. पण माझ्याकडे एक असा संकल्प आहे, ज्याच्या पूर्ततेसाठी मी माझं अवघं आयुष्य पणाला लावलं आहे.

माझ्या मनात या पीडितांविषयी कधीही नकारात्मक भाव निर्माण होऊ नयेत, यासाठी तू मला सदैव मानसिक शक्ती देत राहा. आयुष्याच्या कोणत्या वळणावर, माझी प्रतीक्षा करत कोण असेल आणि मदतीसाठी मला आवाज देत असेल, हे तर मला माहीत नाही; पण मला मात्र त्यांच्यापर्यंत पोहोचायचं आहे. स्वतःच्या सुख-सुविधांची तमा न बाळगता त्यांच्या गरजांची पूर्तता करायची आहे. माझं हे उद्दिष्ट पूर्ण करण्यासाठी तू मला नेहमी प्रेरणा देत राहा, ही माझी तुझ्या चरणी नम्र प्रार्थना आहे."

ही प्रार्थना मदर यांच्यासाठी एक असं बीज बनली, ज्याचं फळ म्हणून आपल्या संपूर्ण हयातीत त्या असहाय, पीडित, तसंच व्याधिग्रस्त रुग्णांसाठी देवदूत बनून राहिल्या. मग या कार्यात त्यांना कित्येकांकडून मदतही मिळत राहिली. शुद्ध भाव आणि पूर्ण विश्वासासह केल्या गेलेल्या प्रार्थनेचा परिणामही सशक्त असतो. मदर यांनीही आपलं सेवाकार्य उत्तमोत्तम होण्यासाठी आपल्या प्रार्थना-शक्तीचा उपयोग पवलोपावली करून घेतला.

सेवेबाबतची संवेदनशीलता

मृत्युपंथास लागलेल्या रुग्णांविषयी असलेल्या सहानुभूतीमधून मदर यांच्यातील

संवेदनशीलतेचं दर्शन घडतं. सेवाकार्यादरम्यान जेव्हा एखादा सेवक संवेदनशील होतो, तेव्हा आपण आपली सेवा कोणत्या पद्धतीने पूर्ण करायची आहे, त्यासाठी कोणकोणती कौशल्यं शिकून घ्यायची आहेत, कोणत्या गोष्टींचं भान बाळगायचं आहे... अशा प्रत्येक छोट्या-छोट्या गोष्टीचीही माहिती तो मिळवण्याचा प्रयत्न करू लागतो. मग त्यानुसार तो स्वतःमध्ये बदल घडवतो. अशा स्थितीत त्याची सेवा सर्वोत्तम ठरते, यात काहीही शंका नाही. त्यामुळे प्रत्येक सेवकाने मदर यांच्या चरित्रातून संवेदनशीलतेचा हा सद्गुण शिकून घ्यायलाच हवा.

संवेदनशीलता ही मनुष्याला सदैव दक्ष ठेवून सेवेतील सूक्ष्म बाबीही प्रकाशमान करत असते. जसं- एखादा मनुष्य जेव्हा सेवाकार्यास प्रारंभ करतो, तेव्हा लोकांविषयी करुणा निर्माण झाल्याने, तो इतरांचं कल्याण लक्षात घेऊन सेवाकार्य करू लागतो. परंतु, जेव्हा तो त्या सेवाकार्याविषयी संवेदनशील बनतो, तेव्हा मात्र त्याच्या हे लक्षात येऊ लागतं, की आपल्या सेवाकार्याद्वारे इतरांच्या कल्याणासह आपलं स्वतःचंदेखील कल्याण साधत आहोत. यामुळे आपल्या अंतरंगात वेगवेगळ्या गुणांचं संवर्धन होत आहे, तसंच आपल्या बहुतांश कार्यांत प्रावीण्य प्राप्त करण्याची प्रेरणा आपल्याला मिळत आहे. एखाद्या गोष्टीची दीर्घकाळ प्रतीक्षा करावी लागल्यास, अथवा प्रतिकूल अवस्थेमध्येही संयम बाळगण्याची, तसंच टीका-टिप्पणी पचवण्याची सहनशक्ती आपल्याला लाभत आहे. थोडक्यात, त्याच्या हे लक्षात येऊ लागतं, की आपल्याद्वारे घडणारी सेवा ही प्रत्यक्षात आपलीच सेवा करत आहे. त्यामुळे आपल्याला निरामय आरोग्याची प्राप्ती होत असून आपण इतरांची सेवा करू शकतोय. या समजेचा त्याच्याद्वारे घडणाऱ्या सेवाकार्याच्या गुणवत्तेवर सखोल परिणाम होतो.

वेळेचं काटेकोर नियोजन असलेल्या मदर

हळूहळू मोतीझील वस्तीतील सेवाकार्य वाढू लागलं होतं. याच दरम्यान फादर वेन (त्यांचे शुभचिंतक) मदर यांच्याकडून वरचेवर त्यांच्या कार्याविषयीची माहिती घेत असत. त्यांना मदर आणि त्यांच्या या कार्याविषयी खूपच चिंता वाटत असे. मदर यांच्या संकल्पपूर्तीसाठी ते मनापासून ईश्वराकडे प्रार्थना करत असत.

एके दिवशी मदर यांनी फादर वेन यांना सांगितलं, की मोतीझील वस्तीतील त्या दोन छोट्याशा खोल्यांमध्ये काम करणं, हे त्यांच्यासाठी खूपच कठीण बनत आहे. मोतीझील वस्तीपर्यंत बसने येण्या-जाण्यासाठीही त्यांचा खूप वेळ वाया जातो. म्हणून त्यांना आता राहण्यासाठी असं एखादं घर हवं होतं, जे या वस्तीपासून जवळ असेल.

खूप शोधाशोध केल्यानंतर फादर वेन यांना क्रीक लेनमध्ये असं एक घर आढळून आलं, जे एका बंगाली ख्रिस्ताचं होतं. त्यातील एक खोली त्यांनी मदर यांना दिली. मदर यांच्या सेवाकार्याने प्रभावित होऊन त्या घरमालकाने त्यांच्याकडून कोणतंही भाडं न आकारता त्यांना राहण्यासाठी ती जागा उपलब्ध करून दिली. ही जागा वस्तीपासून अगदी जवळच असल्याने मदर यांनीदेखील तिथे राहण्यास पसंती दर्शवली.

क्रीक लेन येथे राहात असताना एकदा या घरमालकाची नात खूपच आजारी पडली. किती तरी काळ ती बरं व्हायचं नावच घेत नव्हती. तिची प्रकृती सातत्याने बिघडतच होती. हे पाहून मदर यांनी ईश्वराकडे तिच्यासाठी प्रार्थना केली आणि त्यानंतर काही दिवसांतच तिला बरं वाटू लागलं, तिच्या प्रकृतीत सुधारणा दिसू लागली. त्यासाठी घरमालकाने मदर यांना खूपच धन्यवाद दिले. मदर यांच्या आशीर्वादामुळेच आपल्या नातीच्या प्रकृतीत सुधारणा झाली आणि ती आजारातून उठली, असंच आता तो समजू लागला होता. त्यानंतर या घटनेस एक चमत्कारच मानलं जाऊ लागलं.

क्रीक लेनमध्ये राहायला आल्यानंतर मदर यांना वस्तीकडे जाणं-येणं खूपच सोयीचं झालं. आता त्यांना थोडीशी उसंत मिळून रोज काही मोकळा वेळ मिळू लागला. त्याचा सदुपयोग त्या आपलं कार्य अधिकाधिक उत्कृष्ट करण्यासाठी करू लागल्या. घरमालकाच्या मुलीशीही त्यांची चांगली गट्टी जमली होती. तीदेखील मदर यांच्या कार्याने खूपच प्रभावित झाली होती. मदर नेहमी तिला बोधकथा आणि नीतिकथा सांगत असत. घरमालकाविषयीची कृतज्ञता म्हणून त्या नेहमी त्यांचे मनापासून आभार मानत आणि त्यांच्या कुटुंबीयांकरिता प्रार्थना करत असत.

मोतीझील वस्तीतील हे सेवाकार्य म्हणजे मदर यांच्या उद्दिष्टाची जणू सुरुवातच होती आणि त्यांच्या कार्याचा पायादेखील! जसं- एखाद्या जमिनीत लागवड करण्यासाठी आधी तिची मशागत केली जाते. ती जमीन जर खडकाळ असेल, तर नांगरणी करून छोटे-मोठे खडे, दगड काढून टाकले जातात. तण माजलं असेल तर कोळपणी करून ते तण उपटून काढून टाकलं जातं. मग त्या मातीला पाणी देऊन वाफसा येऊ दिला जातो, जेणेकरून खड्डे घेऊन बीजारोपण करणं सुलभ व्हावं. हे सर्व केल्यानंतरच ती जमीन लागवडीसाठी तयार होत असते.

जेव्हा जमीन तयार होते, तेव्हा मुख्य गोष्टीसाठी पदार्पण करावंच लागतं. अगदी अशाच प्रकारे मोतीझील वस्ती म्हणजेदेखील मदर यांच्यासाठी एखाद्या खडकाळ जमिनीपेक्षा कमी नव्हती. तिथे कोणत्याही गोष्टीची साधन-सुविधा उपलब्ध नव्हती,

तरीही मदर कोणतीही तक्रार न करता, न डगमगता आपलं कार्य अविरत करतच राहिल्या. अन्यथा, सर्वसामान्य मनुष्य तर लहानसहान गोष्टींनीही त्रस्त होऊन जातो. जसं- घर ऑफिसपासून खूपच लांब अंतरावर आहे, येण्या-जाण्यासाठी वाहतुकीची कोणतीही साधन-सुविधा नाही, ऑफिसचं वातावरण चांगलं नाही, काम करण्यासाठी तिथे एखादा मदतनीसदेखील नाही, ऑफिसमधल्या लोकांमध्ये सहकार्याची भावनाच नाही, त्यांच्यात एकजूटच नाही... इत्यादी. अशा तक्रारी करत बसण्यापेक्षा प्रार्थना करणं, आपापल्या योग्यतेनुसार काम करत राहणं, हाच सर्वोत्तम उपाय असतो. मदर यांनीदेखील अगदी असंच केलं. त्यांनी बाहेरील अडथळ्यांकडे पूर्ण दुर्लक्ष करून आपल्या कामात सातत्य ठेवलं. आपल्या उद्दिष्टप्राप्तीचं पीक मिळवण्यासाठी जमिनीची उत्तम मशागत केली, जेणेकरून त्या जमिनीवर निःस्वार्थ सेवेचं भरघोस पीक डोलत राहावं.

भाग १४

प्रेम आणि दान यांचं महत्त्व

आपण जर आर्थिक अडचणीतही सुखाची अनुभूती घेऊ शकत नसाल तर कुबेराचा खजिनाही आपल्याला कधी सुखी करू शकणार नाही...

एके दिवशी धो धो पाऊस पडत होता. त्या मुसळधार पावसातच एक गरीब महिला जोरजोरात रडत असून तिच्या भोवती लोकांचा गराडा पडला आहे, असं दृश्य मदर यांनी पाहिलं. त्या महिलेच्या घराचं छप्पर तुटलं होतं आणि संपूर्ण घरभर पावसाचं पाणी साचलं होतं. घरात असलेल्या सर्व साहित्याचीदेखील पावसात भिजल्याने नासधूस झाली होती. हे पाहून मदर त्या महिलेकडे गेल्या आणि त्यांनी तिला रडण्याचं कारण विचारलं.

तिथे उपस्थित असलेल्या लोकांपैकी एकाने सांगितलं, की ती महिला रोजंदारी करून आपला उदर-निर्वाह करत असे. परंतु मागील काही दिवसांपासून आजारपणामुळे ती कामावर जाऊ शकली नाही, त्यामुळे तिला घराचं भाडं देता आलं नाही. त्यामुळे भाडं देऊ न शकल्याने घरमालकाने तिला घर खाली करायला सांगितलं होतं. तिने घरमालकाला विनंती केली, की त्याने आणखी काही दिवस थांबावं, त्यानंतर ती त्याचं भाडं देऊ शकेल; परंतु त्याने तिची विनंती ऐकली

नाही आणि उलट काही लोकांना सांगून, त्यांच्याकरवी त्याने तिच्या घराचं छत तोडून टाकलं, त्यामुळेच ती अशी ओक्साबोक्सी रडतेय.

मदर यांना त्या महिलेची विदारक स्थिती पाहून खूप कणव दाटून आली. त्यापेक्षाही जास्त कीव त्या लोकांची कराविशी वाटली, जे एकत्र जमून त्या महिलेच्या रडण्याचा हा तमाशा निमूटपणे पाहत होते. मदर यांनी त्या घराचं भाडं स्वतः भरण्याचा निश्चय केला आणि त्या थेट त्या घरमालकाच्या घरी जाऊन पोहोचल्या.

घरमालकाने जेव्हा या परदेशी महिलेला त्या निर्धन अनोळखी महिलेच्या साहाय्यासाठी धावून आलेलं पाहिलं, तेव्हा त्याला खूपच आश्चर्य वाटलं. मदर यांनी त्याचं थकीत भाडं देऊन, आता लवकरात लवकर त्या असहाय महिलेच्या घराची छतदुरुस्ती करून घ्यावी, अशी विनंती त्याला केली. अन्यथा ती बिचारी मरून जाईल, असंही त्याला सांगितलं. घरमालकाला आता स्वतःच्या कृत्याची खूपच लाज वाटू लागली आणि त्याने काहीही न बोलता मदर यांनी दिलेले पैसे निमूटपणे घेतले.

उपरोक्त घटनेतील घरमालकाचं वर्तन हे खरंतर त्या महिलेची पिळवणूक करणारंच होतं. त्यामुळेच त्याला शरमेनं मान खाली घालावी लागली. याउलट मदर यांचं वर्तन हे इतरांसाठी दिलासादायक होतं. कारण त्याबदल्यात त्यांना स्वतःला काहीही नको होतं.

अधिकांश लोक जेव्हा कोणतंतरी एखादं सत्कर्म करतात, तेव्हा त्यांना बहुधा त्यातून काहीतरी परतफेडीचीच अपेक्षा असते. लोक मंदिरात ईश्वरमूर्तीला फूल-नारळ अर्पण करतात, तेव्हाही त्याच्या बदल्यात ते सुख-समृद्धीचीच अपेक्षा करतात. परंतु मदर यांच्या निःस्वार्थ सेवेद्वारे आपल्याला हाच संदेश मिळतो, की 'आपण इतरांसाठी काहीतरी चांगलं केलं आहे, तेव्हा आता ईश्वरानेही आपलं काम करावं,' असा विचार करण्याऐवजी, 'आपल्याला हा मनुष्यजन्म मिळाला आहे, तर आपण तो परोपकाराच्या ईश्वरीकार्यात कसा झिजवावा... आपल्या हातून ईश्वराची सेवा कशी घडू शकेल...' असाच विचार आपण करायला हवा. जर या सेवाकार्याच्या बदल्यात ईश्वराकडे काही मागायचंच असेल, तर 'सर्वांचं भलं व्हावं; सर्वांना प्रेम, आनंद, शांती, समाधान प्राप्त व्हावं,' असंच मागणं आपण मागायला हवं. हेच आपल्या सेवाकार्याचं सर्वोत्तम असं फळ आहे.

सेवेविषयीची निष्ठा

पीडितांच्या सेवाकार्यासाठी मदर यांना प्रत्येक प्रकारच्या साधन-सुविधेची

आवश्यकता होती. त्यामुळेच लोकांकडून साहित्यरूपाने मिळत असलेल्या हरप्रकारच्या मदतीचा त्या स्वीकार करत असत. त्या नेहमी म्हणत असत, की एखादी वस्तू जरी कोणासाठी कुचकामी ठरली असेल, तरी ती इतरांसाठी निश्चितच उपयोगी ठरू शकते. त्यामुळे त्या लोकांना आवाहन करत असत, की कोणतीही वस्तू भंगारात टाकण्याऐवजी अथवा ती फेकून देण्याऐवजी, लोकांनी ती आपणास द्यावी, जेणेकरून ती गरिबांच्या उपयोगी पडू शकेल. अशा प्रकारच्या मदतीतून त्यांना कधीकधी शाळेतील मुलांसाठी अतिरिक्त सामग्रीदेखील मिळत असे. उदाहरणार्थ, कधीतरी जुनी खेळणी मिळाली तर मुलांच्या चेहऱ्यांवर असा आनंद दाटून येत असे, की जशी काही त्यांच्या मनातील सुप्त इच्छाच पूर्णत्वाला आली असावी.

बंगाल येथील परंपरेनुसार, तेथील प्रत्येक कुटुंबात भिक्षेकऱ्यांना दानधर्म करण्यासाठी काही तांदूळ बाजूला काढून ठेवले जातात. मदर यादेखील नेहमी रविवारच्या दिवशी गल्लोगल्ली असे तांदूळ घेण्यासाठी जात असत. असंच एकदा त्या आपली मुलं आणि रुग्णांच्या भोजनाची सोय करण्यासाठी तांदूळ स्वीकारण्यास गेल्या. आपल्या या लोकांची त्यांना इतकी चिंता असे, की त्यांच्यासाठी काही करत असताना त्या स्वतःची तहान-भूकदेखील विसरून जात असत. त्यादिवशीदेखील त्या काहीही न खाता-पिता दिवसभर तांदूळ जमवण्यात मग्न होत्या. त्यांनी कित्येक कुटुंबांकडून तांदळाची रास जमा करून ती काही गोण्यांमध्ये भरली.

एका ट्रक ड्रायव्हरच्या मदतीने त्या तांदळाने भरलेल्या गोण्या त्यांनी ट्रकमध्ये व्यवस्थित रचून घेतल्या आणि पुन्हा परतीच्या दिशेने निघाल्या. आता त्या स्वतःदेखील ट्रकच्या मागील भागात तांदळाच्या गोण्यांवर बसल्या. प्रवास लांबचा असल्याने ट्रक ड्रायव्हरने भोजनासाठी मध्येच रस्त्यात ट्रक थांबवला आणि जेवून थोडा आरामदेखील केला. परंतु मदर मात्र क्षणभरासाठीदेखील ट्रकमधून खाली उतरल्या नाहीत. कारण त्यांना भीती वाटत होती, कोणी आपले तांदूळ चोरू नयेत. कारण असं जर झालं असतं, तर त्यांच्या मुलांना आणि रुग्णांना उपाशीपोटीच राहावं लागलं असतं. ज्यायोगे त्यांना प्रचंड दुःख झालं असतं.

सेवेविषयीची निष्ठा आणि इतरांविषयीचं प्रेम यांतून मदर यांच्या निःस्वार्थ जीवनाचंच दर्शन घडतं. जसं काही सेंट ऑगस्टिन यांनी 'प्रेम' या शब्दाच्या व्याख्येला मदर यांच्या सेवाकार्यासाठीच समर्पित केलेलं असावं.

ते म्हणत असत, 'प्रेम कसं दिसतं? त्याच्याकडे इतरांच्या मदतीसाठी हात

असतात, त्याच्याकडे गरीब आणि गरजवंतांकडे तातडीने पोहोचण्यासाठी पाय असतात, त्याच्याकडे कष्ट आणि कमतरता पाहण्यासाठी डोळे असतात, त्याच्याकडे लोकांचे दीर्घ उसासे आणि व्यथा-वेदना ऐकण्यासाठी कान असतात, प्रेम हे असंच असतं.'

दान कसं करावं

'दान देण्याची पद्धत, ही दानाहूनही अधिक मौल्यवान असते,' असं म्हटलं जातं. या ओळीचा अर्थ आपण पुढील घटनेतून समजून घेऊ या.

एकदा एका मोठ्या व्यावसायिकाचा मुलगा मदर यांच्याकडे आला. तो स्वित्झर्लंड येथे राहत असे. त्याच्याकडे लाखो रुपयांची मालमत्ता होती आणि तो कित्येक कंपन्यांचा मालकदेखील होता. परंतु स्वभावाने मात्र तो खूपच दुष्ट आणि अहंकारी होता. त्याने उपकार करण्याच्या भावनेतून काही रक्कम दान देताना मदर यांना सांगितलं, ''मी आजवर कित्येक गरीब लोकांना, तसंच अनेक संस्थांना मदत केलेली आहे. मी आपल्याला आर्थिक मदत करून घरांची (होम्स)निर्मिती करू इच्छितो, जेणेकरून गरीब तसंच असहाय लोकांचं काही भलं होऊ शकेल.''

मात्र मदर यांना त्याच्या यामागच्या दूषित हेतूची कल्पना आली. या व्यक्तीच्या दानामागे कोणतीही मदतीची भावना नाही, तर तो पूर्णपणे अहंकारात बुडालेला आहे, ही गोष्ट त्यांच्या लक्षात आली. त्याला फक्त आपल्या नावाची चर्चा व्हायला हवी आहे, जेणेकरून सर्व लोकांनी त्याच्या नावाचा जयजयकार करावा. म्हणून मदर यांनी हे दान स्वीकारायला स्पष्टपणे नकार दर्शवला आणि त्या तरुणाला मोठ्या प्रेमाने उत्तर दिलं, ''हे बघ मुला! तू आजवर पुष्कळ असहाय लोकांना साहाय्य केलं आहेस, पुष्कळ धन-संपत्ती दानधर्मात खर्च केली आहेस हे मला मान्य आहे. पण आता तू माझं म्हणणं ऐक आणि परत स्वित्झर्लंडला जाऊन तुझ्या देशातील लोकांसाठी अशा घरांच्या निर्मितीची व्यवस्था कर. आमच्या भारत देशात दान देणाऱ्या सज्जनांची काहीही कमतरता नाही. आमचा देश गरीब आहे; परंतु इतकी शक्ती तर आमच्यात नक्कीच आहे, की आवश्यकता भासल्यास इथलं सर्व धन एकत्रित करून विश्वातील सर्व गरीब आणि असहाय लोकांचं पोट आम्ही सहजतया भरू शकतो.''

मदर यांचं असं सडेतोड उत्तर ऐकून त्या विदेशी तरुणाचं मस्तक शरमेनं खाली झुकलं आणि तो तिथून चालता झाला. अशा प्रकारे मदर यांनी त्या विदेशी तरुणाकडून

कोणत्याही प्रकारची आर्थिक मदत न स्वीकारता आपल्या भारत देशाचा स्वाभिमान अखंड ठेवला.

सेवाकार्य करत असताना आलेल्या वेगवेगळ्या अनुभवांची पडताळणी करून मदर यांनी स्वतःसाठी काही नियम आखून घेतले होते आणि त्यांचं त्या काटेकोरपणे पालनही करत असत. त्याच नियमांपैकी एक नियम म्हणून, त्या कधीही अहंकारी लोकांकडून दान स्वीकारत नसत. मग ते दान कितीही मोठं असली तरी किंवा त्यांच्यासाठी ते कितीही गरजेचं असलं तरी!

चला, दानाचं महत्त्व आणखी एका संतांच्या प्रसंगावरून समजून घेऊ या.

उत्तम दानाची व्याख्या

एकदा येशू ख्रिस्तांनी कोणत्यातरी एका सणाच्या उत्सवात लोकांना धार्मिक स्थळी दानधर्म करताना पाहिलं. दिवसाच्या अखेरीस त्यांनी घोषणा केली, 'आजचं सर्वोत्तम दान हे एका वृद्धेकडून दिलं गेलंय.' हे ऐकून लोकांना खूपच आश्चर्य वाटलं. त्यांनी जेव्हा त्या वृद्धेला कुतूहलानं विचारलं, की तिने दानात असं काय दिलं आहे, जे सर्वश्रेष्ठ ठरलंय? तेव्हा त्यांना समजलं, की तिने तर दान म्हणून केवळ चार आण्यांचं एक नाणं दिलं आहे. हे ऐकून तर त्या लोकांना आश्चर्याचा मोठा धक्काच बसला. मग त्यांनी प्रभू येशूलाच विचारलं, ''इतकं छोटंसं चवलीचं दान हे सर्वोत्तम कसं काय असू शकतं?''

त्या वेळी येशूने त्यांना समजावलं, ''ज्या लोकांनी हजारो रुपये दान म्हणून दिले आहेत, त्यांच्याकडे तर कोट्यवधी रुपये पडून आहेत. त्या कोटींमधून काही हजार दिले, तर त्यांना तसा काहीही फरक पडणार नाही. परंतु या वृद्ध मातेकडे तर आज केवळ हे चार आण्यांचं नाणंच होतं आणि त्याची तिला स्वतःला खूप गरजही होती. परंतु तरीही तिने आपल्या गरजेकडे दुर्लक्ष करून ते नाणं दान म्हणून दिलं, त्यामुळेच आजचं हे दान सर्वोत्तम ठरलं आहे.''

त्यांच्या या उत्तराने सर्वांच्याच माना खाली झुकल्या आणि त्यांच्या हे लक्षात आलं, की धनवंताने दिलेल्या लाखो रुपयांपेक्षा गरजवंताने दिलेल्या दानाचं महत्त्व अधिक आहे. कारण गरीब, गरजवंताच्या त्या

छोट्याशा दानामागेदेखील खूप मोठा त्याग दडलेला असतो.

'दान' या विषयासंबंधी बोलताना मदर म्हणत, ''आपण फक्त पैसे दिले म्हणून समाधान मानू नये. केवळ धन हेच पुरेसं ठरत नाही, ते तर मिळवताही येऊ शकतं. गरीब, असहाय लोकांना खरी गरज असते, ती त्यांच्यावर मनापासून प्रेम करण्याची. म्हणून आपण जिथे कुठे जाल, त्या प्रत्येक ठिकाणी प्रेमाचाच प्रसार करा.

दुसऱ्या शब्दांत सांगायचं झालं तर- दान दिल्याने जर तुम्हाला प्रसन्न वाटत असेल, तर तुम्ही योग्य भावनेने दान दिलंय, हे लक्षात घ्या. नाइलाजाने किंवा केवळ द्यायचं म्हणून दिलेलं दान हे कधीही आनंददायक ठरत नाही. कारण एखाद्यावर उपकार करण्याच्या भावनेतून दिलेलं दान हे घेणाऱ्याला मदत ठरत नाही, उलट त्याला वेदनाच देतं. म्हणूनच आता आपण दानाचे असे नियम जाणून घेऊ या, ज्यांचं मदर काटेकोरपणे पालन करत असत.

१) आपल्याला अनंत गरजा असल्या, तरी त्यातूनही काही दान द्या.

२) देताना शुद्ध आनंद आणि मनमोकळेपणाने द्या.

३) दान स्वीकारताना, ते स्वीकारणाऱ्या व्यक्तीत हीन-दीनतेची भावना निर्माण होणार नाही, याची काळजी घ्या.

४) कोणतंही दान छोटं समजू नका. आपल्या गरजांतून वाचवून द्या आणि ते कमी लेखू नका.

५) इतरांनी आपलं कौतुक करावं, या भावनेतून कधीही दान करू नका.

६) दान देतेवेळी ते स्वीकारणाऱ्या व्यक्तीची आवश्यकता लक्षात ठेवा.

७) दान म्हणजे व्यवहार किंवा व्यवसाय नव्हे, म्हणून ते विनाअट असावं.

८) इतरांना स्वावलंबी बनविण्यास जर दान दिलं, तर ते उत्तम दान ठरेल.

९) ज्याला दान द्याल, त्याला ते कृतज्ञतापूर्वकच द्या.

लक्षात ठेवा, खडकाळ माळरानावर टाकलेलं बियाणं जसं वाया जातं, तसंच बाभळीत उगवलेलं बेणं काट्याकुट्यांत फसतं; पण सुपीक जमिनीत जे बीज पेरलं जातं, ते फळतं-फुलतं. म्हणजेच त्याच्यातून महावृक्ष, घनदाट जंगलाची शक्यता निर्माण होते. दानाचंही अगदी तसंच असतं. दानदेखील एकप्रकारे मानवी जीवनातील

बीजच असतं. ते जर योग्य ठिकाणी रोवलं गेलं, तर मानव जातीच्या कल्याणासाठी निमित्त ठरू शकतं.

आयुष्यभर मदर यांनी ज्या दानाचा स्वीकार केला, त्याचा विनियोग त्यांनी केवळ जनकल्याणासाठीच केला. अशाच प्रकारच्या कित्येक घटनांनी मदर यांच्या 'मिशनरीज ऑफ चॅरिटी' या संस्थेचा पाया रचला गेला. दानस्वरूपात मिळालेल्या धन-संपत्तीचा दुरुपयोग होऊ नये म्हणून आजदेखील या संस्थेत मदर यांच्याच संस्कारांनी घडलेले अनेक सेवक योगदान देत आहेत.

खंड २
मदर टेरेसा यांचं संस्थात्मक कार्य

भाग १५

सेवारत गुणवंत मन

मनाच्या चंचलतेला अंकुश लावला,
तर आत्मकल्याण काही दूर नाही...

सन १९४९ पासून हळूहळू मदर यांचं मोतीझील वस्तीतील सेवा-कार्य अधिकच विस्तारू लागलं. वस्तीबरोबरच त्यांनी आता तिलजला नावाच्या ठिकाणीही आपली दुसरी शाळा सुरू केली होती. तसंच त्या शाळेच्या जवळच एका डिस्पेंसरीही सुरुवात केली. या डिस्पेंसरीत रुग्णांसाठी औषधं, तसंच अन्य वैद्यकीय साहाय्याचीदेखील सुविधा केलेली होती. तिथे बहुतांश रिक्षाचालक, हमाल, मजूरवर्गातील, तसंच घरकाम करणारे स्त्री-पुरुष इत्यादी लोक उपचारांसाठी येत असत.

पीडितांचं दुःख दूर करण्याविषयी मदर यांच्यात असलेल्या समर्पणाच्या भावनेचा इतरांवरही सकारात्मक परिणाम होऊ लागला होता, त्यामुळे हळूहळू इतरही काही लोक त्यांना जोडले जात होते.

मदर जेव्हा सेंट मेरी स्कूलमध्ये एक नन म्हणून मुलांना शिकवत असत, तेव्हापासूनच पुष्कळशा विद्यार्थिनींना त्यांच्याशी जवळिकतेची जाणीव होऊ लागली होती. त्या मदर यांच्या व्यक्तिमत्त्वाने खूपच प्रभावित झालेल्या असत आणि भविष्यात आपणदेखील मदर

यांच्यासारखंच आदर्श व्हावं अशी त्यांची मनोमन इच्छाही असे. अशाच मुलींपैकी एक होती सुभाषिनी दास, जी काही काळ मदर यांची शिष्या होती. एके दिवशी अचानक ती मदर यांच्या क्रीक लेन येथील निवासस्थानी येऊन धडकली. मदर तिला आपल्या घरी पाहून चकितच झाल्या.

तिने मदर यांना अगदी कळवळून सांगितलं, ‘‘मी आपल्यासोबत राहून सेवाकार्य करू इच्छिते. मला आपल्यासारखंच व्हायचं आहे. आपलं संपूर्ण आयुष्य मी असहाय, गरजवंतांच्या सेवाकार्यात व्यतीत करू इच्छिते. कृपया मला आपल्या आश्रयाखाली घ्या आणि माझ्या आयुष्याचं सार्थक करा.’’

मदर यांनी तिला प्रेमाने जवळ घेतलं आणि सांगितलं, ‘‘हे मुली! मी तुझ्या भावनांचा आदर करते. परंतु हा मार्ग जितका तू विचार करतेस, तितका सोपा नाही. इथे क्षणोक्षणी मोठमोठ्या कष्टांना सामोरं जावं लागतं. तसंच, आपलं वैयक्तिक सुख-दुःख विसरून इतरांच्या सुख-दुःखांना प्राधान्य द्यावं लागतं. आपल्या सर्वस्वाचं समर्पण करावं लागतं. भयंकर आजारांशी झुंज देत असलेल्या रुग्णांमध्ये जाऊन त्यांची सेवा करावी लागते, त्यांच्या जखमांवर मलमपट्टी करावी लागते. काही काळ सोबत राहिल्यानंतर तुझ्या चित्तवृत्ती डळमळीत होऊ लागतील आणि तुला आपल्या जबाबदाऱ्यांपासून पाऊल मागे घ्यावंसं वाटू लागेल, असंही होऊ शकतं. कारण इथे पावलोपावली अशा काही अडचणी निर्माण होतात, ज्यांची तू कधी कल्पनाही केलेली नसशील. त्यामुळे तुला जे काही करावंसं वाटतंय, त्याचा पूर्ण विचार करून त्यानंतरच तू तुझा योग्य तो निर्णय घे.’’

मदर यांचा हितोपदेश ऐकल्यानंतर सुभाषिनीने सांगितलं, ‘‘आपण जे काही सांगत आहात, ते सर्व तर मला आधीपासूनच ठाऊक आहे. इतकी वर्षं झाली, मी तुम्हाला अतिशय तल्लीनतेने हे कार्य करताना पाहते आहे. त्यामुळे खूप विचार केल्यानंतरच मी हा निर्णय घेतलाय. आता माझा निश्चय दृढ आहे. मलासुद्धा आपल्यासारखंच माझं संपूर्ण आयुष्य गरीब आणि निराधार लोकांच्या सेवाकार्यासाठी वाहून घ्यायची इच्छा आहे.’’

या घटनेमुळे सुभाषिनीच्या दृढ निश्चयाची वास्तविकता समजू शकली. कोणीतरी खरंच म्हटलं आहे, ‘मनुष्य आणि निसर्ग दोघांच्याही कार्यातील ज्या मुख्य गोष्टीचं अध्ययन करायला हवं, ती म्हणजे त्यांच्यातील ‘दृढ निश्चय.’

अशा प्रकारे मदर यांनादेखील सुभाषिनीच्या प्रामाणिक तळमळीबद्दल विश्वास वाटू लागला. म्हणून त्यांनी तिला आशीर्वाद देत म्हटलं, ‘‘ठीक आहे. आजपासून

तूसुद्धा माझ्याबरोबर काम करू शकशील. या कार्यात ईश्वर नेहमीच तुझ्याबरोबर राहील आणि तुला वेळोवेळी साहाय्य करेल.'' अशा प्रकारे मार्च १९४९ मध्ये सुभाषिनी दास या मदर यांच्या मिशनच्या प्रथम अनुयायी बनल्या आणि त्यांच्यासोबत कार्यरत झाल्या. मदर त्यांना आपल्याच 'ॲग्नेस' या नावाने संबोधू लागल्या. त्या मदर यांच्या मदतनीस बनून, त्यांच्या सर्व जबाबदाऱ्या या स्वतःच्याच समजून सहकार्य करू लागल्या. भविष्यात त्या 'सिस्टर ॲग्नेस' या नावाने प्रसिद्ध झाल्या.

सेवाकार्यात मनाची शुद्धता

सुभाषिनी यांच्याशी झालेलं मदर यांचं संभाषण या गोष्टीकडेच संकेत करतं, की आयुष्यभर सेवाकार्य करण्याची इच्छा असणाऱ्या सेवकाने आपल्या अंतरंगात कोणत्या भावना आणि कोणती समज बाळगायला हवी. मदर यांना माहीत होतं, की दृढ निश्चय असल्याशिवाय कोणताही मनुष्य आपलं संपूर्ण आयुष्य पीडितांच्या सेवाकार्यास वाहून घेणार नाही. त्यामुळे सुभाषिनीच्या मनाची शुद्धता तपासून घेण्यासाठी त्यांनी शक्य त्या सर्व कष्टांची जाणीव त्यांना करून दिली. अन्यथा मनुष्य तर आरंभशूर असतो. तो जेव्हा स्वतःला एखाद्या सेवाकार्यास वाहून घेतो, तेव्हा सुरुवातीला त्याच्यात खूप उत्साह संचारलेला असतो. पण भविष्यात आपल्याला कोणकोणत्या अडचणींचा सामना करावा लागू शकतो आणि त्यांना आत्मविश्वासपूर्व कसं समोरं जायला हवं, याचा विचार तो क्वचितच करतो. अशा स्थितीत सेवारत असताना जेव्हा कधी त्याला अडचणी आणि त्रासाला सामोरं जावं लागतं, तेव्हा मात्र त्याचं मन डगमगू लागतं. अशा वेळी तो सेवक अर्ध्यातूनच आपली सेवा थांबविण्याची शक्यताच अधिक असते. म्हणून सुरुवातीलाच सेवकाच्या मनाच्या खंबीरतेविषयीची शुद्धता पारखून घेणं अत्यावश्यक ठरतं.

मदर यांनी जो मार्ग निवडला होता, त्यावरून मार्गक्रमण करण्यासाठी सोबत येणाऱ्या प्रत्येक सेवकाचं मन निर्मळ, निःस्वार्थ आणि प्रेमळ या सद्गुणांनी भरलेलं आवश्यक होतं. मनाची चंचलता आणि अर्धवट विश्वासाने कार्य करणाऱ्याचं तर हे कामच नव्हतं. म्हणून सेवाकार्याचा विस्तार करत असताना सुरुवातीपासूनच मदर या बाबतीत अतिशय दक्ष होत्या. त्यांच्यासोबत कार्य करणारे सर्व सेवक हे आंतरिकदृष्ट्या इतके कणखर असावेत, की कठिणातील कठीण परिस्थितीतदेखील ते कधी मागे सरू नयेत. त्यांच्या याच विचारपद्धतीमुळे मदर यांच्याद्वारे निर्माण केल्या गेलेल्या कित्येक संघटनांमध्ये आजदेखील सेवक निरनिराळ्या प्रकारच्या सेवाकार्यांत तन-मन आणि संपूर्ण निष्ठेसह संलग्न झालेले आहेत.

उद्दिष्ट जितकं विशाल, तितकीच अधिक लोकांची गरज

सुभाषिनीच्या मनाच्या कणखरतेविषयी आधी मदर यांनी जाणून घेतलं, नंतरच त्यांनी त्यांना आपल्यासोबत घेतलं आणि आता त्या दोघी मिळून आपलं सेवाकार्य करू लागल्या. कालांतराने आणखीही एक शिष्या मदर यांच्या सोबतीने सेवाकार्य करण्यास तयार झाली. लवकरच त्यांच्यासोबत आणखी काही महिला जोडल्या गेल्या. पाहता पाहता अशा साहाय्यिकांची संख्या दोनवरून दहापर्यंत गेली. आता या सर्वच साहाय्यिका कोलकात्यातील गरीब महिलांसारखीच आपली वेशभूषा करत असत आणि सकाळी उजाडल्यापासूनच नेमून दिलेलं कार्य मनापासून करत असत. लोक त्यांना 'सिस्टर्स' असं म्हणत. त्या मदर यांच्या दोन्ही शाळांचा कार्यभार उत्तम प्रकारे सांभाळत होत्या. शाळेचं कामकाज संपल्यानंतर, त्या डिस्पेंसरीत येणाऱ्या रुग्णांची देखरेख करत. या साहाय्यिकांमुळे मदर यांच्यावरील कार्यभार थोडासा हलका झाला होता.

मदर यांना आता आपला देश सोडून भारतात येऊन २१ वर्षे झाली होती. या दरम्यान त्या सतत संघर्ष करत होत्या आणि यापुढेही त्यांनी अशाच प्रकारे मानवकल्याण करण्याचा संकल्प केलेला होता. २१ वर्षे सतत भारतीयांच्या सहवासात राहिल्याने त्या आता पूर्णपणे भारतीयच होऊन गेल्या होत्या. त्यांनी स्वतंत्र भारतात, भारतीय नागरिकत्वासाठी अर्जदेखील दाखल केला. मग लवकरच त्याला मंजुरी मिळून, त्या आता कायदेशीर भारतीय नागरिक बनल्या होत्या.

त्यांना वाटत होतं, आता ती वेळ आली आहे, जिथे त्यांनी 'मिशनरीज ऑफ चॅरिटी' या संस्थेविषयी विचार-विनिमय करावा. तसंही आपलं मिशन सुरू करून त्यांना आता एक वर्ष लोटलं होतं. म्हणून ऑगस्ट १९४९ मध्ये त्यांनी आर्चबिशप यांची भेट घेतली आणि त्यांच्यासमोर आपल्या सर्व कार्याचा तपशील सादर केला. केवळ इतकंच नाही, तर त्यांनी भविष्यातील आपल्या योजनांविषयीदेखील त्यांच्याशी विचार- विनिमय केला. मात्र त्यांचं ते विवेचन ऐकून आर्चबिशप त्यांच्यासमोर नतमस्तक झाल्याशिवाय राहिले नाहीत.

मदर यांच्या जीवनचरित्रावरून आपल्याला हाच बोध मिळतो, की आधी आपल्या मनात आपलं उद्दिष्ट निश्चित असायला हवं. मग त्या उद्दिष्टाच्या पूर्ततेसाठी आपण छोटी छोटी उद्दिष्टं ठरवून घ्यायला हवीत. जेणेकरून आपल्या उद्दिष्टापासून आपलं लक्ष कधीही विचलित होऊ नये. अशा स्थितीत मग आपोआपच आपल्यासमोर अशी काही कार्यं येऊ लागतील, जी आपल्याला उद्दिष्टाच्या दिशेने अग्रेसर करतील आणि अखेर आपलं ध्येय आपल्या समोर साकारेल.

भाग १६

मिशनरीज ऑफ चॅरिटीचा प्रारंभ

जिथे जाल तिथे प्रेमाचा प्रसार करा,
जे कोणी आपल्या सान्निध्यात येईल, तो आनंदानेच परतेल...

कोणा तत्त्ववेत्त्याने अगदी योग्य तेच सांगितलं आहे, 'स्वप्न आणि लक्ष्य यांत फरक कोणता असतो? तर तो असतो फक्त नियोजनाचा.' आपली संस्था 'मिशनरीज ऑफ चॅरिटी'चा पाया रचताना मदर यांनीदेखील हेच केलं. आपण कशा प्रकारे कार्य करायला हवं, आपलं उद्दिष्ट काय, ते कार्य करत असताना कोणकोणत्या नियमांचं पालन करायला हवं, या साऱ्या गोष्टींचा विचार करून त्यांनी सर्वप्रथम एक सविस्तर योजना आखून घेतली.

फादर वेन तसंच फादर हेन्री यांच्या मार्गदर्शनानुसार मदर यांच्या योजनेला अंतिम स्वरूप दिलं गेलं आणि सर्वानुमते हे निश्चित करण्यात आलं. एका स्वतंत्र अशा संघटनेची स्थापना करण्यास मदर यांना परवानगी द्यायला हवी. कारण आतापर्यंत त्यांच्या हे लक्षात आलं होतं, की मदर या एक अशा व्यक्ती आहेत, ज्यांच्यात आपलं स्वप्न साकार करण्याची अद्भुत क्षमता आहे. आर्चबिशप यांनी फादर वेन, तसंच फादर हेन्री यांच्यावर त्यांच्या योजनेनुसार 'मिशनरीज ऑफ चॅरिटी'

संघटनेची घटना लिहिण्याचा कार्यभार सोपवला आणि त्यांनीही मोठ्या आनंदाने या कार्याचं उत्तरदायित्व स्वीकारलं.

शेवटी सर्व दस्तऐवज तयार करून एप्रिल १९५०मध्ये त्यांना रोम येथे पाठवण्यात आलं. सर्व प्रकारच्या अनिवार्य अशा अटी आणि नियमांव्यतिरिक्त आपल्या संघटनेला विशेषत्वाने मानवकल्याणासाठी समर्पित करताना मदर यांनी त्या दस्तऐवजात लिहिलं, 'ईश्वराकडून मिळालेल्या अमर्याद प्रेमाची विभागणी समाजातील सर्वच लोकांमध्ये करणं, हेच आमच्या संघटनेचं मुख्य उद्दिष्ट आहे. केवळ गोरगरीब आणि असहाय लोकांची सेवा-शुश्रूषा करूनच या उद्दिष्टाची पूर्तता होऊ शकते. दीन-दुबळे आणि दुःखितांची सेवा करणं, हाच 'मिशनरीज ऑफ चॅरिटी'चा मुख्य उद्देश आहे. आपल्या नजरेत जी व्यक्ती गरीब आणि असहाय आहे, तीच खरंतर साक्षात ईश्वराचं रूप आहे. म्हणून मानवकल्याणाच्या या प्रवासात आम्हीही गरिबांसारखंच भोजन करतो आणि वेशभूषादेखील त्यांच्यासारखीच करतो. म्हणजेच आम्ही त्यांना दरिद्री समजत नाही, तर ईश्वराचं साकार स्वरूप समजूनच त्यांची सेवा करतो.'

मदर यांचा हा दस्तऐवज एकाअर्थी ईश्वरी योजनेचाच भाग होता. त्यामुळे सर्वांनीच याचं अनुकरण करावं. कारण यामुळेच सुख, शांती आणि समाधानाचा मार्ग प्रशस्त होऊ शकेल, असंच त्यांना वाटत असे.

अंदाजे सहा महिन्यांनंतर 'मिशनरीज ऑफ चॅरिटी'ला रोमहून मान्यता मिळाली. ७ ऑक्टोबर १९५० रोजी २७५ नियमांसह या संस्थेची स्थापना झाली. औपचारिकरीत्या मान्यता मिळाल्यानंतर सर्वांनीच मदर यांचं मनापासून अभिनंदन केलं. हा दिवस त्यांच्या आयुष्यातील महत्त्वपूर्ण होता. फादर हेन्री तसंच फादर वेनसहित कित्येक शुभचिंतकांनी मदर यांच्या उज्ज्वल भवितव्यासाठी त्यांना शुभेच्छा संदेश पाठवले. त्याचबरोबर त्यांच्या या कार्यात त्यांना यशस्वी बनविण्यासाठी शक्य ते सर्वप्रकारचं सहकार्य करण्याचं वचनदेखील दिलं. शहरातील अनेक संघटनांनी आणि युवकांनीदेखील मदर यांच्याबरोबर खांद्याला खांदा लावून काम करण्याचा आता निश्चय केला.

लहानपणापासून मदर यांनी जे स्वप्न पाहिलं होतं, ते साकार होण्याचा प्रारंभ 'मिशनरीज ऑफ चॅरिटी'च्या मान्यतेने झाला. आंतरिक दृढता आणि आपल्या उद्दिष्टाविषयी असलेली ठाम निष्ठा यांच्या बळावरच मदर यांनी आजवरचा प्रवास निश्चित केला होता. खरंतर या प्रवासादरम्यान दीर्घकाळापर्यंत म्हणजे जवळजवळ १७ वर्षे त्यांनी मुलांना एक शिक्षिका म्हणून शिकवण्याचं कार्य केलं. शिवाय काही कालावधीसाठी

वैद्यकशास्त्राचादेखील अभ्यास केला. परंतु हे सेवाकार्य करत असतानाही त्या आपल्या उद्दिष्टपूर्तीसाठी पूर्णपणे वचनबद्ध होत्या. या कार्यात त्यांचं असलेलं सातत्य आणि त्याविषयीची निष्ठा यामुळेच भविष्यात शेकडो सेवकांना 'मिशनरीज ऑफ चॅरिटी' या संस्थेच्या वतीने पीडितांची सेवा करण्याची संधी प्राप्त झाली.

कित्येक महान विचारवंतांचं मानणं आहे, की उद्दिष्ट ठरविल्याने आपल्या योजनेस आकार मिळतो, योजनेद्वारे आपलं कर्म निश्चित होतं, कर्मामुळे परिणाम दृष्टिपथात येतो, परिणामाने यश मिळतं. मात्र या सर्वांचा प्रारंभ उद्दिष्टानेच होतो.

सर्वच यशस्वी लोकांच्या जीवन-चरित्राकडे पाहिल्यास आपल्याला हे समजू शकेल, की त्यांच्याकडे निश्चित असं एक उद्दिष्ट होतं. आपल्याला कुठे जायचं आहे आणि काय बनायचं अथवा करायचं आहे, हे जोवर निश्चितपणे ठाऊक नसतं, तोपर्यंत आपण कुठेही पोहोचू शकत नाही. कोणत्याही उद्दिष्टाशिवाय मनुष्य असा असतो, जसं रडारशिवाय जहाज!

म्हणून आपणदेखील स्वतःला सशक्त असं उद्दिष्ट ठरवून द्यायला हवं. कोणीतरी येऊन आपल्याला आपलं उद्दिष्ट सांगेल, याची प्रतीक्षा करत बसू नये. ज्यादिवशी आपण स्वतःलाच असं उद्दिष्ट देऊ शकाल, तो दिवस आपल्यासाठी सोनेरी क्षणांचा दिवस असू शकेल. कारण त्यानंतर आपलं प्रत्येक कार्य आणि प्रत्येक निर्णय हा आपल्या उद्दिष्टानुसारच असेल.

मदर हाउस

रोमहून मान्यता मिळाल्यानंतर मदर या पूर्वीपेक्षा अधिक जोमाने मिशनच्या कार्यात गढून गेल्या. या दरम्यान अनेक युवती त्यांच्या सोबतीला आल्या होत्या. त्यांची संख्या आता जवळपास ४०पर्यंत पोहोचली होती. इतक्या बहुसंख्येने असलेल्या या तरुणी आता एकाच खोलीत कशा बरं राहतील? असा विचार करून घरमालकाने त्या सर्वांना राहण्यासाठी आपल्या घराचा वरचा संपूर्ण मजला दिला. परंतु तो मजलादेखील त्यांना कमीच पडू लागला. परिणामी, आता त्यांना अशा एखाद्या नव्या ठिकाणाचा शोध घ्यावा लागला, जे या घराहूनही मोठं असेल. मदर यांची इच्छा होती, की असं एखादं घर स्वस्तात मिळावं, जेणेकरून ते आपल्याला विकतच घेता येऊ शकेल.

लवकरच त्या कोलकाता येथे सेवेत असलेल्या एका अशा मॅजिस्ट्रेटच्या संपर्कात आल्या, जे आपलं घर विकू इच्छित होते. फादर वेन, तसंच आर्चबिशप यांच्याशी

सल्ला-मसलत केल्यानंतर मदर यांनी ते घर विकत घेण्याचा मनोमन निश्चय केला. घरमालक मदर यांच्या मिशनविषयी आधीपासूनच जाणत होते, त्यामुळे त्यांनी अगदी अल्प किमतीत आपलं हे घर मदर यांना विकलं. सन १९५३च्या फेब्रुवारी महिन्यात मदर यांनी या नव्या घरात स्थलांतर केलं. ते लोअर सर्क्युलर रस्ता या मध्यवर्ती ठिकाणी असलेलं एक तीनमजली घर होतं. त्याचबरोबर ते मदर यांच्या दृष्टीने सर्व सोयींनी युक्त असंच होतं. त्यांनी त्या घराचं नामकरण 'मदर हाउस' असं केलं आणि त्याला 'मिशनरीज ऑफ चॅरिटी' या संस्थेचं मुख्यालय बनवलं. आता तिथूनच या संघटनेच्या सर्व कारभाराची सूत्रं हलू लागली. यासाठी ज्यांनी ज्यांनी सहकार्य केलं, त्या सर्वांविषयी मदर या कृतज्ञ होत्या.

सेविकांचं मूल्यमापन

आपल्या संस्थेची घटना, नियमावली ठरवताना मदर यांनी संस्थेशी निगडित असलेल्या सेवक-सेविकांच्या प्रशिक्षणाचीदेखील व्यवस्था केली होती. त्यासाठी साधी राहणी आणि समर्पणाची वृत्ती हा एक मूलभूत गुण मानला जात असे. तो पाहूनच सेवकांना प्रशिक्षण दिलं जात असे. ते अविवाहित राहण्याचा संकल्प करून आयुष्यभर गोरगरीब आणि असहाय लोकांची सेवा करण्याचा निश्चय करत असत. प्रत्येक सिस्टर सेवेदरम्यान मदर यांच्यासारखीच वेशभूषा करत असे आणि त्यांच्या सवयी अंगीकारत असे. गरजेनुसार त्यांना इंग्रजी भाषेचं ज्ञानदेखील दिलं जात असे. त्याचबरोबर पहिली पाच वर्षं त्यांच्या सेवेचं नियमित परीक्षण करून मूल्यमापनदेखील केलं जात असे. याच दरम्यान त्यांना मिशनच्या नियमांची माहिती देऊन, संस्थेच्या घटनेचादेखील परिचय करून दिला जात असे.

प्रशिक्षण पूर्ण झाल्यानंतर प्रत्येक सिस्टरला १५-२० दिवसांसाठी त्यांच्या घरी पाठवलं जात असे. जेणेकरून येथून पुढे आयुष्यभर आपण या संस्थेशीच निगडित राहायचं, की त्यापेक्षा आपलं घरच बरं आहे, याचा अंतिम निर्णय त्यांना घेता यावा. याच कारणामुळे संस्थेत कार्यरत असणाऱ्या प्रत्येक युवतीला संस्थेत राहण्याचं अथवा कोणत्याही क्षणी संस्थेचा त्याग करण्याचं स्वातंत्र्य होतं. ज्यायोगे त्या पूर्णपणे काया-वाचा-मने आपल्या संस्थेचा स्वीकार करू शकताहेत की नाही, हे लक्षात यावं, अशा प्रकारे त्यांना वेळोवेळी पारखलं जात असे.

सेविकांच्या प्रशिक्षणादरम्यान, त्यांनी आपल्या सहकाऱ्यांच्या सेवेकडे पाहून प्रेरणा घ्यायला हवी. तसंच, इतरांकडून केल्या गेलेल्या उत्कृष्ट सेवाकार्याबद्दल त्यांच्या

मनात कधीही असूया किंवा द्वेषभावना निर्माण होऊ नये, उलट त्यापासून त्यांना प्रशिक्षण आणि प्रेरणाच मिळायला हवी, या गोष्टीचंसुद्धा भान बाळगलं जात असे. कारण हा तर निसर्गनियमच आहे, की इतरांच्या प्रगतीवर जळणाऱ्याचा कधीही उत्कर्ष होऊ शकत नाही.

मिशनमध्ये कार्यरत असणाऱ्या सिस्टर्सदेखील जगभरातील वेगवेगळ्या काना-कोपऱ्यातून आलेल्या होत्या. शिवाय आपलं संपूर्ण आयुष्य सेवाकार्यातच व्यतीत व्हावं अशी त्यांची इच्छा असे. म्हणूनच मदर यांनीदेखील त्यांना प्रशिक्षण देताना द्वेष, असूया, तिरस्कार याऐवजी मनावर नियंत्रण मिळवणं, तसंच दीनदुबळ्यांची सेवा करणं, याचसाठी प्रोत्साहन दिलं. याशिवाय त्यांना आवश्यक असलेलं आध्यात्मिक ज्ञान मिळण्याचीही व्यवस्था केली गेली. प्रत्येक सेविकेला सुरुवातीच्या वर्षांत या प्रशिक्षणातून पार पडावं लागे.

सेवाविषयक वेगवेगळ्या बाबी अभ्यासून त्यावर कार्य केल्यानंतरच प्रत्येक सिस्टरला संपूर्ण हयातभर मिशनशी निगडित राहण्याचा संकल्प करता येऊ शकत असे. या निर्णयाबरोबरच त्यांना आणखी एक विशिष्ट असं अनुष्ठान पार पाडावं लागे, 'मी ईश्वरेच्छेलाच प्रमाण मानून त्याच्या आज्ञेचंच प्रतिपालन करू इच्छिते आणि आयुष्यभर मिशनरीज ऑफ चॅरिटी या संस्थेशी निगडित राहू इच्छिते. स्वतःला ईशचरणी लीन करून, ब्रह्मचर्य व्रताचं पालन करत गोरगरिबांची सेवा करू इच्छिते,' अशा संकल्पासह त्यांना शपथ घ्यावी लागत असे. मग आयुष्यभर त्यांना या व्रताचं पालन करावं लागत असे. मदर सातत्याने हाच उपदेश केला, की 'आपल्याला केवळ आपल्या स्वतःच्याच गरजा भागवायच्या नाहीत, तर आपल्या सुख-सुविधांचा त्याग करून इतरांच्या गरजांची पूर्तता करणं, हेच आपल्या मिशनचं मुख्य उद्दिष्ट आहे.'

सेवाकार्यात कमकुवतपणावर मात

मदर या स्वतःच एक निःस्वार्थ अशा सेविका होत्या. म्हणून त्यांनी आपल्या या संस्थेलादेखील त्याच साच्यात घडवलं. यात सिस्टर्सचं प्रशिक्षण हा एक महत्त्वाचा टप्पा होता. प्रशिक्षणाशिवाय कोणतंही सेवाकार्य सुरळीतपणे सुरू राहू शकणार नाही. सेवाकार्य करताना सिस्टर्स जेव्हा आपल्यातील कमकुवतपणावर मात करू शकतील, तेव्हाच त्या खऱ्या अर्थाने सेविका बनू शकतील, हे त्या उत्तमप्रकारे जाणून होत्या. म्हणून मदर यांनी खूप विचार-विनिमय करून, त्यावेळच्या गरजेनुसारच सेविकांकरिता प्रशिक्षण, वचन, नियम इत्यादीचं नियोजन केलेलं होतं.

प्रशिक्षणादरम्यान त्यांच्या सोबत कार्यरत असणाऱ्या प्रत्येक सिस्टरला, ती आपल्या संपूर्ण ताकदीनिशी या सेवाकार्यात उतरली आहे, की स्वतःचा दुबळेपणा घेऊनच इथवर आली आहे, या दृष्टिकोनातून त्या पारखून घेत असत. परंतु मदर यांना कधीही कोणत्याही सिस्टरविषयी तक्रार करण्याची संधीच मिळू शकली नाही. आपल्याला आपलं काम अधिकाधिक उत्कृष्टरीत्या कसं करता येईल, असाच संघटनेतील प्रत्येक सिस्टरचा प्रयत्न असे, त्यामुळे त्यांच्यात सदैव समाधान आणि प्रसन्नतेचा भावच झळकत असे.

एखाद्या सिस्टरकडून जर कधी एखादी चूक झालीच, तर ती लगेच त्याचा स्वीकार करून मदर यांच्याकडे क्षमा याचना करत असे, तसंच त्या चुकीचं परिमार्जन करण्यासाठी प्रायश्चित्त करण्याचीदेखील तिची तयारी असे. मदरदेखील तिला प्रेमळपणे समजावत आणि पुन्हा सुधारणा करण्याची संधी देत असत.

अशा प्रकारे चुका सुधारत, शिस्तबद्धपणे, सुंदर अशा मनमोकळ्या वातावरणात मदर हाउस मानवी सद्गुणांनी परिपूर्ण बनत चाललं होतं. त्यामुळे त्यांच्या संघटनेला स्वाभाविकपणे आणि सहजगत्या आगेकूच करण्यास साहाय्य मिळू लागलं होतं. हे सर्व पाहून हळूहळू ही संघटना खऱ्या अर्थाने दीन-दुबळ्यांचं प्रतिनिधित्व करते आणि त्यांनी आपलं सर्वस्व दीन-दुबळ्यांच्या सेवेसाठीच वाहून घेतलं आहे, याबाबत लोकांचा विश्वासही वाढू लागला होता.

भाग १७
ईश्वरावरील अढळ विश्वास

कार्याविषयी प्रार्थना हे प्रेम आहे,
कार्याविषयी प्रेम ही सेवा आहे...

अल्बर्ट आइन्स्टाइन यांनी एकदा म्हटलं होतं, 'प्रत्येक व्यक्तीचं हे कर्तव्यच आहे, की त्याने जगाला किमान तितकं तरी परत द्यावं, जितकं त्याने त्याच्याकडून घेतलं आहे.' मदर यांनी आयुष्यभर ज्या निष्ठेने पीडितांची सेवा-शुश्रूषा केली, त्याचं सारच जणू वरील विचारात मांडलेलं आहे. मदर यांना वाटत असे, की हाच विचार या मिशनशी संबंधित असणाऱ्या प्रत्येक सिस्टरमध्ये प्रकटायला हवा. त्यामुळे बाह्य प्रशिक्षणाबरोबरच त्यांनी सिस्टर्सना नेहमी समर्पित भावनेनेच सेवा करण्यास उत्तेजन दिलं.

मदर यांच्या मिशनमध्ये कार्यरत असणाऱ्या प्रत्येक तरुणीला सेवाकार्यातून अमर्याद आनंदाची अनुभूती होत असे, त्यामागे हेच कारण होतं. आपल्या संघटनेत काम करणाऱ्या तरुणींना अत्यल्प सोयी-सुविधांमध्येच आपलं दैनंदिन आयुष्य कंठावं लागतंय, हे मदर यांना चांगल्याप्रकारे माहीत होतं. परंतु कोणत्याही सिस्टरने याबाबत कधीही त्यांच्याकडे तक्रार केली नाही. मोठ्यात मोठ्या संकटाला

सामोरं जावं लागलं तरी त्या कोणाला काहीही म्हणत नसत. कित्येकदा मदर हाउसच्या बाहेरदेखील त्यांना कोणता त्रास सहन करावा लागला, तर त्या स्वतःच त्यातून मार्ग काढण्याचा प्रयत्न करत असत. परंतु मदर यांच्यापासून त्यांच्या अडचणी लपू शकत नव्हत्या. त्या कोणत्या न कोणत्या प्रकारे त्यांच्या अडचणी जाणून घेऊन त्या दूर करण्याचा प्रयत्न करत असत.

कुष्ठरुग्णांना वेळच्या वेळी जेवण, तसंच औषधोपचार देणं, हा सिस्टर्स यांच्या दिनचर्येचा एक महत्त्वाचा भाग होता. एकदा काही कुष्ठरुग्णांनी एकत्र येऊन मिशनच्या दोन सिस्टर्सना घेराव घातला. खरंतर ते संघटनेकडून केल्या जाणाऱ्या व्यवस्थेबद्दल नाराज होते आणि आपला राग व्यक्त करत होते. पण त्यावेळीसुद्धा मदर अत्यंत धैर्यपूर्वक वागल्या. त्यांनी सिस्टर्स यांना घेरल्याची खबर पोलिसांना दिली आणि त्या प्रसंगातून त्यांची सुटका केली.

'मिशनचं प्रत्येक कार्य हे ईश्वरी कार्यच आहे,' असं मदर यांचं प्रांजळ मत होतं. त्यामुळेच त्यांच्या खांद्याला खांदा लावून काम करणाऱ्या प्रत्येक सिस्टरलादेखील त्यांच्याप्रमाणेच ईश्वरावर ठाम विश्वास होता आणि दिवसेंदिवस तो दृढच होत होता. कोणत्याही प्रकारचा त्रास झाला अथवा कोणताही कठीण प्रसंग आला तरी ईश्वर आपल्याला त्यातून बाहेर काढणारच, या विश्वासामुळे मदर नेहमी तणावमुक्त राहात असत. मग त्यांच्या मार्गातील अडचणीही चुटकीसरशी दूर होत असत.

विजय विश्वासाचा

एकदा मिशनच्या काही कामानिमित्त पत्रकं छापायची होती. अशा प्रकारची सर्व कामं फादर हेन्री यांच्या निगराणीखालीच होत असत. सिस्टर्स त्यांना म्हणाल्या, 'छपाईसाठी पुरेशी रक्कम नाहीये.' त्यावेळी ते लगेच मदर यांच्याकडे गेले आणि त्यांना आपली ही समस्या सांगितली. मदर यांनी घराचा कोपरा न् कोपरा तपासला; तेव्हा केवळ दोनच रुपये मिळाले. दोघांनाही माहीत होतं, की इतक्या पैशांत काहीच होऊ शकणार नाही. त्याचवेळी फादर हेन्री यांनी मदरना म्हटलं, "काल मी आपल्याला जो लिफाफा दिला होता, तो आपण उघडून पाहिलाय का?"

मदर लगेच आत गेल्या आणि त्यांनी तो लिफाफा उघडून पाहिला तर त्यात एक पत्र आणि त्याचबरोबर शंभर रुपयांची रोख रक्कम होती. ती कोणत्या तरी सद्गृहस्थाने मिशनच्या कार्यास दान म्हणून दिली होती. अशा प्रकारे त्यांच्या समस्येवर तोडगा निघाला. त्यांनी पुन्हा एकदा ईश्वराचे आभार मानले. अशा प्रकारच्या प्रसंगांतून एकच

गोष्ट लक्षात येते, की प्रत्येक प्रसंगात मदर यांच्यातील दृढ विश्वासच त्यांच्या आयुष्यात चमत्कार घडवत होता.

मदर यांच्या नावे तो लिफाफा येणं म्हणजे ईश्वराद्वारे समस्या येण्यापूर्वीच दिलेला उपाय होता. दानाविषयी मदर यांच्यात जी समज रुजलेली होती, त्यानुसारच त्यांना मदतदेखील मिळत असे. लोकांनाही आता हे समजू लागलं होतं, की मदर यांना दिलेलं दान म्हणजे सत्पात्री दान आहे, त्यामुळे आता तेदेखील खुल्या मनाने दान देऊ लागले होते. दान देणं हे तर एक पवित्र कर्म आहे; परंतु ते कोणाला दिलं जातंय, हीदेखील खूप महत्त्वपूर्ण अशी बाब आहे. अपात्र ठिकाणी दिलं गेलेलं दान हे बहुधा व्यर्थच जातं. समोरच्याची पात्रता पाहून जर दान दिलं गेलं, तर त्याचं फळ हे सर्वोत्तम अथवा महाफळ ठरतं.

पूर्ण विश्वासासह केलेली प्रार्थना कशा प्रकारे पूर्ण होते, ही गोष्ट मदर यांच्या जीवनातील आणखी एका घटनेद्वारे सिद्ध होते.

मदर हाउसमध्ये राहत असलेल्या सर्वच सिस्टर्स जणू एकच कुटुंब असल्यासारखं एकत्र राहत असत. मदरदेखील आपल्या संघटनेतील प्रत्येक युवतीला समान दर्जा देत असत. त्या कधीही त्यांच्याकडून अशा कामाची अपेक्षा करत नसत, जे त्या स्वतः करत नसत अथवा करू शकत नसत. मदर सर्व सिस्टर्सच्या सुख-दुःखांकडे वैयक्तिक लक्ष पुरवत, तसंच त्यांच्याविषयीची आपली नैतिक जबाबदारी पूर्णपणे पार पाडण्याचा प्रयत्न सतत करत असत.

एकदा मदर हाउसमध्ये खाण्यासाठी काहीही शिल्लक नव्हतं. अशी वेळ वरचेवर येत असे; परंतु देवाच्या कृपेने नेहमी काही न काहीतरी व्यवस्था होत असे. त्याही वेळी भोजनासाठी काहीही उपलब्ध नव्हतं म्हणून सिस्टर्स त्रस्त होऊ लागल्या होत्या. मदर यांना ही गोष्ट समजली, तर त्याही त्रस्त होतील हेदेखील त्यांना ठाऊक होतं. म्हणून याविषयी मदर यांना काहीही न सांगता उपाशीपोटीच झोपण्याचा विचार त्या करू लागल्या.

परंतु मदर तर सर्वांच्या माता होत्या. ही गोष्ट त्यांच्यापासून लपून कशी राहू शकेल बरं! त्यांनी मनोमन परमेश्वराचं चिंतन केलं आणि त्या त्याच्याकडे प्रार्थना करू लागल्या, ''हे परमेश्वरा! आम्ही तुझी लेकरं आहोत. आम्ही तुझ्या सेवेसाठी आमचं अवघं आयुष्य समर्पित केलं आहे. त्यामुळे माझ्या कुटुंबातील कोणत्याही सदस्याने उपाशी झोपावं, हे योग्य नाही.''

ईश्वराने मदर यांची मनोभावे केलेली ही प्रार्थना ऐकली. त्याचवेळी दरवाजा ठोठावल्याचा आवाज आला. एका सिस्टरने पुढे होऊन दरवाजा उघडला, तर बाहेर एक महिला बरेच तांदूळ घेऊन उभी असलेली तिला दिसली. हा चमत्कार पाहून सर्वच सिस्टर्स आश्चर्यचकित झाल्या. मदर यांना ईश्वराविषयी इतकी सखोल आस्था होती, की ईश्वर कोणत्या न कोणत्या रूपात येऊन आपल्या लेकरांची मदत नक्कीच करतो, याविषयी त्यांना पूर्ण विश्वास होता. हीच दृढ श्रद्धा असल्यामुळे मदर यांनी केवळ रोखस्वरूपाचाच अट्टहास न धरता वस्तुरूपात, तसंच अन्य पद्धतीच्या दानाचाही स्वीकार केला.

आपल्या टीम लीडरमध्ये असलेला विश्वास आणि त्याची निष्ठा यांचा सहकाऱ्यांवरही सखोल परिणाम होत असतो. सेवकांना जेव्हा मदर यांच्यातील विश्वासाबद्दल विश्वास वाटू लागला, तेव्हा त्यांच्यातील हा दुहेरी विश्वास एका अनोख्या चेतनेची जागृती करू लागला. त्यामुळे मदर यांच्या कार्याची एका विशिष्ट पातळीवरून अभिव्यक्ती होऊ लागली. अशा प्रकारे या संस्थेस ईश्वरी स्वरूप प्राप्त होऊ लागलं होतं.

भाग १८
सेवा 'पूजा' कशी बनेल

मौनाचं फळ आहे प्रार्थना, प्रार्थनेचं फळ आहे विश्वास, विश्वासाचं फळ आहे प्रेम, प्रेमाचं फळ आहे सेवा आणि सेवेचं फळ आहे शांती...

एकदा मदर सरकारी रुग्णालयासमोरून जात होत्या. त्यावेळी त्यांनी पाहिलं, की एक महिला गंभीर अवस्थेत पदपथावर पडलेली आहे. शिवाय तिची अवस्था इतकी वाईट झालेली होती, की रस्त्यावरून येणारा-जाणारा प्रत्येक जण आपलं तोंड कपड्याने झाकून घेऊनच पुढे जात होता. तिचं अशा प्रकारे पदपथावर पडून राहणं मदर यांना खूपच अमानवी वाटू लागलं. तिची ती अवस्था पाहून त्यांना राहावलं नाही आणि त्या महिलेला घेऊन त्या लगेच रुग्णालयात गेल्या. तेथील डॉक्टरांना त्या महिलेवर उपचार करण्याविषयी सांगितलं. परंतु रुग्णालयात एकही खाट उपलब्ध नसल्यामुळे डॉक्टरांनी तिला दाखल करून घेण्यास नकार दिला. त्यावेळी मदर यांनी कोणत्याही स्थितीत त्या महिलेवर उपचार व्हायलाच हवेत, असं त्या रुग्णालयाच्या अधिकाऱ्यांना निक्षून सांगितलं. शेवटी हो-नाही करता करता त्या महिलेला रुग्णालयात दाखल करून घेण्यात आलं आणि तिला जमिनीवर झोपवूनच तिच्यावर प्राथमिक उपचार करण्यात आले. परंतु या आजारातून ती महिला वाचू शकली नाही.

घटना निमित्तमात्र आहेत

प्रत्येक घटना ही भविष्यात घडणाऱ्या घटनेसाठी निमित्त ठरत असते, या गोष्टीचा उपरोक्त घटना म्हणजे प्रत्यक्ष पुरावाच आहे. जसं- भगवान बुद्धांच्या आयुष्यात घडलेल्या काही घटना त्यांना आत्मसाक्षात्कार घडविण्यास कारणीभूत ठरल्या. त्यांनी जेव्हा मनुष्याची वृद्धावस्था, रुग्णावस्था, मृतावस्था आणि जागृतावस्था पाहिली, तेव्हा त्या दृश्यांनी दुःखी होऊन विचार करण्यास ते प्रवृत्त झाले, आयुष्याचा खरा अर्थ काय आहे? त्या घटनांना योग्यप्रकारे निमित्त बनविल्यामुळेच ते शोध घेऊ शकले आणि आत्मसाक्षात्काराच्या ध्येयपूर्तीपर्यंत पोहोचू शकले. जो मनुष्य योग्य प्रकारे मनन करत राहतो, त्याच्यासाठी प्रत्येक घटना अग्रेसर होण्याचा मार्ग बनत जाते.

त्या महिलेच्या मृत्यूने मदर यांनादेखील विचार करण्यास विवश केलं, की कोलकाता शहरात अशा शेकडो व्यक्ती रुग्णावस्थेत पदपथांवर पडलेल्या असतात, कोणत्याही उपचारांशिवायच त्या मृत्युमुखी पडतात. त्यांच्याविषयी दयाभाव निर्माण झाल्याने मृत्यूशी लढा देत असलेल्या, पदपथांवर पडलेल्या अशा अनेकांना त्यांनी आश्रय दिला. त्यांच्यासोबत कार्यरत असलेल्या सिस्टर्स, सर्वप्रथम अशा लोकांना रुग्णालयापर्यंत पोहोचवण्याचं काम करत. परंतु रुग्णालयात जर जागा उपलब्ध नसेल, तर मात्र त्या रुग्णाला आपल्याबरोबर घेऊन येत, जेणेकरून मरणाऱ्या व्यक्तीस निर्मळ मृत्यू यावा. त्याचबरोबर आपल्या अंतिम क्षणी त्याला हे समाधान मिळावं, की आपलीही देखभाल करणारं या जगात कोणीतरी आहे. प्रारंभी मोतीझील वस्तीतच त्यांची व्यवस्था केली जात असे.

मदर कोणत्याही व्यक्तीला अशा प्रकारे रस्त्यावर अथवा पदपथावर तडफडताना पाहू शकत नव्हत्या. मानवी शरीर हे तर नाशवंत आहे. एक ना एक दिवस त्याचा अंत हा होणारच असतो; परंतु त्याच्या अंतरंगात निवास करत असलेला पवित्र आत्मा (सेल्फ) हा तर ईश्वराचाच अंश आहे. म्हणून त्याच्या अंतःकाळी त्याला पुरेपूर सन्मान मिळायलाच हवा, असं त्यांचं स्पष्ट मत होतं.

ज्या रुग्णांना दाखल करून घेण्यासाठी रुग्णालयांत जागा उपलब्ध नसे, अशा लोकांची संख्या त्याकाळी कोलकात्यामध्ये वाढतच चालली होती. योग्य उपचारांअभावी त्यांना मरण्यासाठी तसंच सोडून दिलं जात असे. त्या सर्वांना ठेवण्यासाठी मोतीझील वस्तीतील जागा अपुरी पडू लागली होती. म्हणून मदर यांनी कोलकात्यातील मुख्य वैद्यकीय अधिकाऱ्याशी बोलून, जिथे निराधार रुग्णांची सेवा-शुश्रूषा करता येऊ

शकेल, अशा एखाद्या जागेची मागणी केली. त्या अधिकाऱ्याने लगेच त्यांना कालीघाट परिसरातील एक निवासस्थान देऊ केलं. तिथेच शुभारंभ झाला एका नव्या संस्थेचा, जिचं नाव ठेवलं गेलं, 'निर्मल हृदय.'

निर्मल हृदयच्या स्थापनेने मदर यांच्या जीवनाला एक नवी कलाटणी मिळाली. वास्तविक या संस्थेच्या उभारणीसाठी मदर यांना जी जागा उपलब्ध करून देण्यात आली होती, त्या ठिकाणी कित्येक असामाजिक अशी कृत्यं चालत असत, तरीही त्यांनी केवळ एकाच दिवसात त्या जागेची साफसफाई करून घेतली आणि तिथे आपल्या सेवाकार्यास प्रारंभ केला. इथे आलेला प्रत्येक मनुष्य आपला त्रास विसरून ईश्वरामध्येच आपलं चित्त एकाग्र करू शकेल. जरी तो त्याच्या आजारातून बरा झाला नाही, तरी त्याला किमान निर्मळ अशा मृत्यूला सामोरं जाता येऊ शकेल, असा त्यांना ठाम विश्वास होता. त्यामुळेच त्यांनी या जागेचं नाव 'निर्मल हृदय' असं ठेवलं होतं. ज्याचा अर्थ होतो, निराधार आणि मरणासन्न लोकांचं आश्रयस्थान!

तिथे येणाऱ्या प्रत्येक रुग्णाच्या सेवेस लगेचच सुरुवात होत असे. तिथे पहाटे उठल्यापासून रात्री झोपेपर्यंतची सर्व दिनचर्या सुनिश्चित केलेली असे. रुग्णांची शारीरिक स्वच्छता, त्यांच्यावरील औषधोपचार, त्यांच्या भोजनाच्या वेळा, त्यांना धार्मिक तसंच आध्यात्मिक गोष्टी सांगणं, त्यांना मानसिकदृष्ट्या स्वतःशी जोडून घेणं, त्यांचे विचार जाणून घेणं, अशा प्रकारची कार्यं तिथे चालत असत. तिथे येणाऱ्या पुरुष रुग्णांच्या देखभालीसाठी काही ब्रदर्सनाही संस्थेशी जोडून घेण्यात आलं होतं, तेच त्यांची देखभाल करत असत.

निर्मल हृदय संस्थेत उपचार घेत असलेल्या लोकांना एकाअर्थी तिथे कौटुंबिक जिव्हाळ्याचंच वातावरण लाभत असे. काही रुग्ण तर तेथील सिस्टर्सचं सेवाकार्य पाहून इतके भारावून जात, की त्यांना चक्क रडायलाच येत असे. त्यांना संपूर्ण हयातीत इतकी आत्मीयता, इतका जिव्हाळा कोणाकडूनही मिळालेला नसे. विशेषतः एखादा रुग्ण जेव्हा मृत्यूच्या समीप असे, ज्याला आजवर इतरांकडून केवळ तिरस्कारच मिळालेला असे, त्याला जेव्हा या परक्या लोकांकडून प्रेम आणि आत्मसन्मान मिळायचा, तेव्हा तो अधिकच भावुक होऊन जात असे.

प्रत्येक सेवा पूजा ठरावी

'निर्मल हृदय'मध्ये आणलेल्या रुग्णांची स्थिती इतकी गंभीर असे, की त्यांना स्पर्श करण्यासही इतर लोक संकोचत असत. परंतु ज्या क्षणी त्यांना या संस्थेत दाखल

करून घेतलं जात असे, त्या क्षणापासून तिथला प्रत्येक सेवक त्यांची पूर्ण तन्मयतेने आणि निष्ठेने सेवा करत असे. तिथे कार्यरत असणारा प्रत्येक सेवक आपल्या सेवा-कार्यालाच पूजा मानत असे, त्यामुळेच इतकी कठीण (तुच्छ) सेवादेखील तो अगदी सहजपणे करू शकत असे.

निर्मल हृदयसारख्या संस्थांची स्थापना करण्याबरोबरच मदर यांनी सर्वांच्या विकासाच्या उद्देशाने अशा काही गुणांचं बीजारोपण केलं, ज्यामुळे त्यांच्याशी निगडित असलेला प्रत्येक सेवक आव्हानात्मक सेवादेखील अत्यंत सहजपणे करू शकला.

निर्मल हृदयमध्ये येणाऱ्या रुग्णांची संख्या आता दिवसेंदिवस वाढू लागली होती. संपूर्ण शहरातील लोकांना कधी कोणी बेवारस रुग्ण अथवा अत्यवस्थ मनुष्य दिसला, की ते लगेच त्याला निर्मल हृदयमध्ये आणून सोडत. लोक त्यांना रुग्णालयात घेऊन जाऊ इच्छित नसत, कारण तिथल्या सोपस्कारांपासून त्यांना स्वतःला वाचवायचं असे. बेवारस रुग्णांना निर्मल हृदयमध्ये आणून सोडल्यानंतर लोकांना आपण आपल्या जबाबदारीतून पूर्णपणे मुक्त झाल्यासारखंच वाटत असे. कारण मदर आता एखाद्या देवदूताप्रमाणे त्यांचं पालन-पोषण करतील याची त्यांना खात्री असे. तिथे कार्यरत असणाऱ्या सेवकांना खूप वेळ काम करावं लागत असे. कारण तिथे कोणत्याही वेळी रुग्ण येत आणि तो येताच त्याच्या देखभालीचं काम त्वरित सुरू होत असे.

सेवक जेव्हा निःस्वार्थीपणे आपल्या उद्दिष्टाशी जोडला गेलेला असेल; त्याच्या हृदयात प्रत्येकाविषयी प्रेम, करुणा, ममत्वाची भावना असेल, तरच अशा प्रकारची सेवा शक्य होते. या भावनेने केली गेलेली सेवा ही खरंतर पूजाच असते. या दृष्टीने पाहिल्यास प्रत्येक मनुष्याचं कार्य हे पूजेचं स्वरूप धारण करू शकतं.

जसं- एखादा विद्यार्थी जेव्हा अध्ययन करतो, तेव्हा त्याच्यासाठी अभ्यास करणं ही एक प्रकारची सेवाच असते. फक्त ही गोष्ट त्याला माहीत नसते इतकंच! त्याने जर अभ्यासाबरोबर ही भावना जोडून घेतली, की 'अभ्यास हीच माझी पूजा आहे. यामुळेच माझं भवितव्य उज्ज्वल होणार आहे आणि मी विश्वभरात सर्वोच्च सेवाकार्य करू शकणार आहे,' तर त्याचा अभ्यास हीच त्याची सेवा, त्याची पूजा होऊ शकेल. परंतु दुर्दैवाने कार्य करत असताना सगळ्यांच्याच मनात ही भावना नसते. बहुतांश लोक काहीतरी स्वार्थ साधण्यासाठीच काम करत असतात, त्यामुळेच ते त्या कामाने त्रस्त आणि चिंतित होतात. मग ते घर असो, कार्यालय असो, अभ्यास असो, की मुलांचं पालन-पोषण असो.

प्रत्येक कार्य निःस्वार्थपणे केलं, तर ते सेवास्वरूप होऊ शकतं. जसं- एखाद्या गृहिणीने स्वयंपाक करताना जर ही भावना बाळगली, की 'आपण बनवत असलेलं हे भोजन घरातील सर्व सदस्यांना स्वस्थ करू शकेल, ज्यामुळे ते शांत-संतुष्ट मनाने आपापलं कार्य करू शकतील आणि त्यांच्या संपर्कात येणाऱ्या इतर लोकांनाही शांतता मिळवून देतील,' तर तिचं स्वयंपाक बनवण्याचं कार्य हेदेखील निःस्वार्थ कार्यात रूपांतरित होऊ शकतं.

म्हणून आपल्या प्रत्येक कार्यात योग्य समज जोडायला हवी. 'मी माझं काम मनापासून करतोय की यंत्रवत करायचं म्हणून करतो आहे? कोणताही विचार न करता, समजून न घेता ते करतोय, की पूर्ण निष्ठेने, मनापासून आणि श्रद्धेने पूजा समजून करतो आहे? मी माझी सगळी कामं माझ्या इच्छांच्या पूर्ततेसाठी करतो आहे, की माझ्या या कामांमुळे काही जनकल्याणही होणार आहे?' असं त्याने स्वतःला विचारायला हवं. या प्रश्नातून आलेली जागृतावस्था आणि मदर यांच्या जीवन-चरित्रातून मिळालेली प्रेरणा, यामुळे प्रत्येक मनुष्य आपल्या कार्याला पूजेचं स्वरूप देऊ शकतो.

भाग १९

पीडितांचा, बालकांचा आणि कुष्ठरुग्णांचा उद्धार

कुष्ठरोग अथवा क्षयरोग हे काही फार मोठे आजार नाहीत तर उपेक्षित असणं हाच सर्वांत मोठा आजार आहे...

मदर यांचं माहात्म्य तेव्हाच लक्षात येऊ शकतं, जेव्हा आपण त्यांच्यातील सेवाभाव समजून घेतो. चला तर, त्यासाठी काही प्रयत्न करूया.

मदर यांच्याद्वारे केल्या गेलेल्या निःस्वार्थ, निष्काम सेवेची प्रचिती पुढे दिलेल्या काही घटनांमधून आपल्याला येऊ शकते. त्या आपल्या सेवाकार्याशी अशा प्रकारे एकरूप झालेल्या होत्या, की लोकांद्वारे केली गेलेली कठोर निंदाही त्यांना त्यांच्या सेवाकार्यापासून विलग करू शकली नाही. निंदानालस्ती झाली तरीही त्यांनी आपलं कार्य सातत्याने सुरूच ठेवलं, मग ते मिशनचं कार्य असो की 'निर्मल हृदय' संस्थेचं असो! कार्य करत असताना त्यांना कित्येकदा लोकांच्या क्रोधालाही सामोरं जावं लागत असे, तरीही त्यांच्या सेवेवर त्याचा विपरीत परिणाम होऊ शकला नाही.

'निर्मल हृदय' विषयीचा राग

'निर्मल हृदय' या संस्थेची सुरुवात तर झाली; परंतु तिथले

स्थानिक लोक याबाबत कशी प्रतिक्रिया देतील, हे मात्र कोणालाच ठाऊक नव्हतं. मृत्यूशी झुंज देत असलेल्या लोकांना 'निर्मल हृदय'मध्ये आणलं जात असे. तिथे दाखल झाल्यानंतर दररोज कित्येक लोक अखेरचा श्वास घेत असत. त्यानंतर संस्थेच्या सेवकांकडून त्यांच्यावर विधीपूर्वक अंत्यसंस्कार केले जात असत. त्यासाठी तिथल्या मंदिरासमोरून त्यांना जावं लागत असे. त्या परिसरात राहणाऱ्या कट्टरपंथी लोकांना मात्र ही गोष्ट अजिबात सहन झाली नाही. यामुळे तिथलं धार्मिक आणि आध्यात्मिक वातावरण दूषित होतं, तसंच मंदिरात पूजाविधी करण्यासाठी आलेल्या लोकांच्या श्रद्धेलाही या क्लेशकारक दृश्यामुळे ठेच लागते असं त्यांचं म्हणणं होतं. त्यामुळे 'निर्मल हृदय' संस्थेविषयी त्यांच्या मनात राग निर्माण झाला.

हळूहळू लोकांच्या मनातील या रागाने इतकं उग्र स्वरूप धारण केलं, की त्यांनी 'निर्मल हृदय'च्या बाहेर उभं राहून घोषणाबाजीस सुरुवात केली. काही लोकांचं तर असं मत होतं, की ही विदेशी महिला भारतीय नागरिकांचं धर्मपरिवर्तन करत आहे. या आणि अशाच काही अफवांमुळे दररोज लोकांचा जमाव संस्थेसमोर जमून निदर्शनं करून मदर यांच्या कार्याचा निषेध करू लागला. कधी कधी लोक आपला राग व्यक्त करण्यासाठी 'निर्मल हृदय'वर दगडफेकदेखील करत असत, तसंच मदर यांच्याविरुद्ध घोषणाबाजी करूनही ते आपला राग व्यक्त करत असत. या संस्थेला तातडीने बंद करण्यात यावं, अशीच त्यांची मनोमन इच्छा होती.

विलक्षण दृश्य

एके दिवशी काही लोकांनी कोलकाता येथील नगर नियोजन कार्यालयातील अधिकाऱ्यांना भेटून त्यांच्याकडे 'निर्मल हृदय'विषयी तक्रार केली. ते अधिकारी पोलिस कमिशनर, तसंच संरक्षक दलाची तुकडी सोबत घेऊन त्वरित त्या संस्थेकडे निघाले. तिथे पोहोचताच त्यांनी सर्वप्रथम तिथे जमलेल्या गर्दीला शांत केलं आणि मगच आतमध्ये गेले.

आत गेल्यानंतर त्यांनी पाहिलं, की तिथे आजारी असलेले अनेक लोक आपल्या आयुष्यातील अखेरचे श्वास मोजत जमिनीवर पडले आहेत. मदर स्वतःच काही लोकांच्या जखमा स्वच्छ करून त्यावर मलमपट्टी करत आहेत. तसंच इतरही सर्व सिस्टर्स रुग्णांची सेवा करण्यात तल्लीन झालेल्या आहेत. तिथला प्रत्येक सेवक आपापल्या सेवाकार्यात अशाप्रकारे मग्न होता, की त्यांना पोलीस कमिशनर आणि इतर अधिकारी आल्याचंही समजल नाही.

हे दृश्य पाहून सर्वच अधिकारी अचंबित झाले. त्यांच्यासाठी हे दृश्य म्हणजे एखाद्या चमत्काराहून काही कमी नव्हतं. ते लगेच बाहेर आले आणि लोकांना म्हणाले, ''आपला काहीतरी गैरसमज होतोय. आतमध्ये चुकीचं असं काहीही घडत नाहीए. आम्ही स्वतःच्या डोळ्यांनी जे दृश्य पाहिलंय, कदाचित ते आपल्यापैकी कोणी पाहूही शकणार नाहीत. मदर आणि त्यांच्या सहकारी सिस्टर्स आत रुग्णांच्या सेवेत व्यग्र आहेत. आपल्यात असं कोणी आहे का, ज्यांची पत्नी, बहीण अथवा मुलगी या रुग्णांच्या जखमा आपल्या हातांनी स्वच्छ करून, त्यांची सेवा करू शकतील?''

हे शब्द ऐकून जमाव एकदम स्तब्ध झाला आणि त्यांच्या माना लज्जेने खाली गेल्या. त्यांच्यापैकी काही लोक जेव्हा आतमध्ये गेले आणि त्यांनी तेथील दृश्य पाहिलं, तेव्हा त्यांना वस्तुस्थितीचा उलगडा झाला. त्यांचा राग शांत झाला आणि ते निमूटपणे आपापल्या मार्गाने निघून गेले. त्यानंतर मग कधीही, कोणीही मदर अथवा त्यांच्या संघटनेस विरोध केला नाही. मदर वास्तवात खूपच महान असं कार्य करत आहेत, हे त्यांच्या लक्षात आलं.

आपल्या दिशेने होत असलेला दगडांचा वर्षाव सहन करूनही कोणीतरी आपल्या सेवाकार्यात सातत्य राखत आहे, अशा दृश्याची तर केवळ कल्पनाच करता येऊ शकते. मदर आणि त्यांच्या सोबतीने कार्यरत असणारे सर्व सेवक अशाच प्रकारे त्यांच्या सेवाकार्यात लीन झाले होते. जणू काही त्या आजारी लोकांमध्ये त्यांना ईश्वराचंच दर्शन होत असावं.

मिशनच्या सेवाकार्याचा पाया रचताना मदर यांनी या गोष्टीचा वेळोवेळी उल्लेख केला होता, की त्यांना पीडितांमध्ये ईश्वराचंच दर्शन होतं, त्यामुळे त्यांची सेवा ही एकप्रकारे ईश्वरसेवाच आहे. 'निर्मल हृदय'मध्ये सेवारत असणारा प्रत्येक सेवक हा मदर यांच्या या उपदेशाच्या आधारेच पुढील मार्गक्रमण करत होता. त्यामुळेच कितीही अडचणी आल्या तरी, ते सर्वजण आपापल्या सेवाकार्यात मग्न राहिले.

महान लोकांच्या आयुष्यात अशा कित्येक घटना घडल्या आहेत, ज्यावेळी त्यांना परनिंदेचा सामना करावा लागला, तरीही त्यांनी नेहमी आपल्या कार्यालाच प्राधान्य दिलं.

भगवान बुद्धांच्या बाबतीतही एकदा असंच घडलं. ते एकदा एका गावातून चालले होते. त्याचवेळी त्यांची कुचेष्टा करण्याच्या उद्देशाने एक मनुष्य त्यांच्याशी बोलू लागला. त्याने भगवान बुद्धांना काही तथाकथित गोष्टीही ऐकवल्या आणि शिव्याही दिल्या. परंतु बुद्ध मात्र पूर्णपणे शांत आणि स्थिरचित्त होते, त्यांच्या चेहऱ्यावरील मधुर स्मित कायम होतं.

त्यांनी त्या मनुष्याला विचारलं, "तुम्ही माझ्या एका प्रश्नाचं उत्तर देऊ शकाल काय?" "का नाही, नक्कीच देईन," तो मनुष्य म्हणाला. भगवान बुद्धांनी त्याला विचारलं, "समजा, एखाद्या मनुष्याने आपल्याला काही वस्तू भेट म्हणून दिली आणि आपण ती स्वीकारलीच नाही, तर अशा स्थितीत ती वस्तू कुठं बरं जाईल?" "ती वस्तू तर त्या देणाऱ्याकडेच राहील," तो मनुष्य उत्तरला.

यावर आपली मनःशांती ढळू न देता भगवान बुद्धांनी म्हटलं, "भल्या माणसा, अशाच प्रकारे मीसुद्धा तुझं हे दुर्वर्तन स्वीकारण्यास नकार देतो आहे. मग मला सांग, ते आता कुणाकडे राहील बरं?" या शब्दांनी त्या मनुष्याचे डोळे खाडकन उघडले आणि तो लगेच त्यांच्या चरणांवर नतमस्तक झाला.

भगवान बुद्धांनी किती सहजपणे टीकेचा सामना केला! म्हणतात ना, 'चित्तशांती ढळू न देता अवहेलनेला सामोरं जाण्याची क्षमता, हे तुमच्यातील महानतेचं प्रमाण आहे.' मदर यांनीदेखील 'निर्मल हृदय'बाबत झालेल्या टीकेचा अशाचप्रकारे धैर्याने सामना केला.

'निर्मला शिशुभवन'ची सुरुवात

जसजसं 'निर्मल हृदय' संस्थेचं कार्य पुढे पुढे जाऊ लागलं, तसतसं मदर यांचं लक्ष कोलकाता शहरात इतस्ततः फिरणाऱ्या अनाथ आणि बेवारस मुलांकडे गेलं. त्यांची देखभाल करण्यासाठी सन १९५६मध्ये त्यांनी 'निर्मला शिशुभवन'ची स्थापना केली. हा आश्रमदेखील मिशनरीज ऑफ चॅरिटीचाच एक भाग होता, त्यासाठी लोअर सर्क्युलर रस्त्यावर असलेल्या मदर हाउसजवळच्याच एका भवनाची निवड करण्यात आली. तिथे आसपासची गावं, रेल्वे स्टेशन, बस स्थानकं, तसंच पदपथांवरून आणलेल्या निराधार मुलांचं पालन-पोषण होऊ लागलं. इथे प्रत्येक मुलाला कौटुंबिक जिव्हाळ्याचं वातावरण मिळू लागलं आणि माता-पित्यांप्रमाणे त्यांचं संगोपन केलं जाऊ लागलं.

कोलकात्यानंतर वेळोवेळी देशातील वेगवेगळ्या शहरांत 'निर्मला शिशुभवन'च्या शाखा उघडण्यात आल्या. त्यांना मिशनरीज ऑफ चॅरिटी या संस्थेअंतर्गत मान्यता मिळाली. सद्यःस्थितीत संपूर्ण भारतभरात 'निर्मला शिशुभवन'च्या जवळपास ३० शाखा कार्यरत आहेत. तेथे कायदेशीररीत्या मुलांना दत्तक देण्याचं कार्यदेखील पार पाडलं जातं.

या भवनात दाखल होणाऱ्या अनाथ, निराधार मुलींसाठी राहण्याबरोबरच शिक्षणाचीही व्यवस्था करण्यात आली. वाढत्या वयानुसार त्यांना शारीरिक शिक्षणाशी निगडित वेगवेगळ्या बाबींविषयीही शिक्षण दिलं जात असे. दैनंदिन कार्यातून सवडीच्या

वेळेत त्यांना घरगुती कामकाजही शिकवलं जात असे. यांतील काही मुली मोठ्या झाल्यानंतर स्वतःला त्या संस्थेशी जोडून घेत, तर काहींचा विवाह करून दिला जात असे, तसंच काही तरुणी इतर शहरांत जाऊन तिथेच स्थायिक होऊन आपलं आयुष्य आनंदाने व्यतीत करत असत.

मदर यांच्या चरित्रातून आणखी एक गोष्ट स्पष्टपणे जाणवते, ती म्हणजे संघटनेशी निगडित असलेल्या प्रत्येकाला, मग ती स्त्री असो वा पुरुष, त्यांना स्वावलंबी बनवलं. मुलींसाठी विशेष अशी व्यवस्था करण्यामागचा उद्देशदेखील हाच होता.

गांधीजी प्रेम निवास

कोलकाता शहरात ठिकठिकाणी कुष्ठरुग्ण आढळून येत असत. कित्येक लोकांना या कुष्ठरुग्णांना पाहून त्यांची घृणा वाटत असे. रस्त्यावरून जाताना जर एखादा कुष्ठरुग्ण नजरेस पडला, तर लोक लांबूनच तोंड फिरवून आपला मार्ग बदलून निघून जात. त्यावेळी कुष्ठरुग्णांसाठी सरकारकडूनही काही विशेष योगदान दिलं जात नसे. म्हणून समाजात त्यांची अवस्था खूपच गंभीर झाली होती. कोलकाता येथील टीटागड नामक परिसरात कुष्ठरुग्णांची वस्ती होती. भल्या पहाटेच ते आपल्या घरांतून बाहेर पडत आणि साऱ्या शहरभर फिरून भीक मागून आपला उदरनिर्वाह करत असत.

मदर यांचं लक्ष या लोकांकडे गेलं आणि त्यांनी मनातल्या मनात त्यांच्या कल्याणासाठी एक योजना आखली. त्यांना माहीत होतं, की कुष्ठरुग्णांना हा समाज एक कलंक मानतो, परंतु यात त्यांचा काय दोष? त्यांना समाजाद्वारे तिरस्कृत का केलं जातं? त्यांना समाजात ताठ मानेने जगण्याचा काहीच हक्क नाही का? मनात घोंगावणाऱ्या अशा कित्येक प्रश्नांच्या उत्तराने त्यांना आणखी एक महान कार्य करण्याची प्रेरणा दिली. त्यामुळे सन १९५७मध्ये त्यांनी 'निर्मला शिशुभवन'च्या परिसरातच कुष्ठरुग्णांसाठी एका फिरत्या 'लेप्रसी डिस्पेंसरी'चा शुभारंभ केला.

कुष्ठरुग्णांवरील उपचारांसाठी रोमहून पोप जॉन पॉल यांच्याकडून एक रुग्णवाहिका दानस्वरूपात देण्यात आली. काही कालावधीनंतर आणखी एका डॉक्टरांकडूनही एक रुग्णवाहिका दानस्वरूपात भेट म्हणून मिळाली. दोन-दोन रुग्णवाहिका उपलब्ध झाल्याने आता मदर यांच्या सहकाऱ्यांना वेगवेगळ्या ठिकाणी जाऊन रुग्णांकरिता औषधं पाठवणं खूपच सुविधाजनक होऊ लागलं. ते दररोज कुष्ठरुग्णांच्या वस्तीत जात आणि एका ठिकाणी रुग्णवाहिका थांबवून त्यांना औषधं, तसंच उपचारांसंबंधी आवश्यक ते सहकार्य करत, त्यांची देखरेखही करत असत.

टीटागड येथे रुग्णांची संख्या खूप होती आणि तिथून 'निर्मला शिशुभवन'पर्यंत येण्यासाठी त्यांना कित्येक अडचणींचा सामना करावा लागत असे. म्हणून तिथेच एका झाडाखाली मदर यांनी त्या रुग्णांसाठी डिस्पेंसरी सुरू केली. परंतु तेथील काही लोकांना त्यांचं हे कार्य आवडलं नाही. ते दररोज तिथे गडबड गोंधळ करू लागले. त्यांनी दररोज सिस्टर्सच्या कार्यात व्यत्यय आणून त्यांच्यावर दगडफेक करण्यास प्रारंभ केला. शेवटी मदर यांनी ती परिस्थिती नियंत्रणात आणण्यासाठी हे कार्य मिशनमधील ब्रदर्स यांच्यावर सोपवलं, जेणेकरून स्थानिक पोलिस, तसंच सरकारी अधिकाऱ्यांच्या सहकार्याने परिस्थितीवर ताबा मिळवता येऊ शकेल.

या घटना पाहून मदर यांनी निश्चय केला, की तिथे कुष्ठरुग्णांसाठी सर्व सुविधांनी युक्त असं एक निवासस्थान असायला हवं. मदर यांच्या या विचारांचं फलित 'गांधीजी प्रेम निवास'च्या रूपात साकारण्यात आलं. टीटागड नगरपालिकेकडून कुष्ठरुग्णांचं पुनर्वसन आणि त्यांच्या उत्थानासाठी त्यांना काही जमीनही देण्यात आली. त्यावर एक बराकवजा इमारत उभारण्यात आली, ज्यात रुग्णालय, अल्पोपाहारगृह, तसंच अन्य सुविधांनी सुसज्ज अशा खोल्या बांधण्यात आल्या. सन १९५८मध्ये या केंद्राचं नामकरण गांधीजींच्या नावे करण्यात आलं. सर्व भारतीय गांधीजींचा आदर करतात, हे मदर यांना ठाऊक होतं. महात्मा गांधी स्वतःदेखील कुष्ठरुग्णांबाबत अती दयाभाव बाळगत असत. हळूहळू टीटागड येथील हे केंद्र कुष्ठ पुनर्वसन केंद्र तसंच रुग्णालयामध्ये परिवर्तित झालं. अशा प्रकारे मदर यांच्या या प्रामाणिक प्रयत्नाने समाजात तिरस्कृत असलेल्या रुग्णांना एक नवी दिशा मिळाली.

अनेक सेवाभावी संस्थांतील लोक आता मदर यांच्या या प्रामाणिक कार्यात आपापलं योगदान देण्यासाठी पुढे येऊ लागले. आजवर जे लोक कुष्ठरोगास एक असाध्य असा आजार समजत होते, तेदेखील अहमहमिकेने रुग्णसेवा करू लागले आणि त्यांच्याकडे आपुलकीने पाहू लागले.

'आपण ईश्वराच्या दिशेने एक पाऊल उचला, तो तुमच्या दिशेने दहा पावलं उचलेल,' या वाक्याच्या वास्तवतेचा पुरावा म्हणजेच मदर यांचं जीवन! समाजाने तिरस्कृत ठरवलेल्या, निराधार अशा लोकांच्या कल्याणाकरिता त्या जेव्हा एक पाऊल उचलत, तेव्हा त्यांना अनेक लोकांकडून मदतीचा हात मिळे. जेणेकरून त्या स्वतःदेखील हैराण होऊन जात असत. अशा घटनाच मनुष्याला आत्मविश्वास प्रदान करतात. तुम्ही जेव्हा तन-मन अर्पून एखादं कार्य करू लागता, तेव्हा संपूर्ण समाज तुमच्या सोबतीला येतो. गरज असते फक्त एका पवित्र उद्दिष्टाची... लक्ष्याची... प्रामाणिक तळमळीची आणि तिच्या पूर्ततेकरिता जिद्द... तडफ आणि दुर्दम्य अशा इच्छाशक्तीची...!

भाग २०
विविध संस्थांची स्थापना

निसर्ग जेव्हा अडचणी वाढवतो
तेव्हा त्यांतून बाहेर पडण्याचा मार्गदेखील दाखवतो...

मदर टेरेसा या पुष्कळ कालावधीपासून पश्चिम बंगाल सरकारकडे एका मोठ्या भूखंडाची मागणी करत होत्या. अखेर सन १९६१मध्ये त्यांना सरकारकडून ३४ एकर जमिनीचा तुकडा भाडेतत्त्वावर देण्यात आला. यानंतर त्यावर निर्माण कार्य करण्याकरिता निधीची आवश्यकता होती. खरंतर त्यांच्यासाठी ही एक जटिल समस्याच होती. कारण इतक्या मोठ्या भूभागावर इमारत उभारण्यासाठी प्रचंड रकमेची गरज होती आणि त्यावेळी तरी ती त्यांच्याकडे उपलब्ध नव्हती. परंतु मदर यांनी हार मानली नाही, त्यांच्यातील आशावाद कायम होता.

सौभाग्याने त्याच कालावधीत पोप जॉन पॉल (सहावे) हे रोमहून भारताच्या दौऱ्यावर आलेले होते. त्यावेळी ते मुंबईतच होते आणि मदर यांना भेटावयास आले. त्यावेळी कोलकात्याप्रमाणेच मुंबई येथेदेखील मृत्यूशी झुंज देत असलेल्या लोकांकरिता मिशनकडून एका केंद्राची स्थापना होत होती. पोप जॉन पॉल (सहावे) हे मदर यांच्या कामाने अत्यंत प्रसन्न झाले आणि त्यांनी पुरस्कार म्हणून आपली महागडी

आणि आलिशान कार मदर यांना भेट म्हणून दिली. त्या कारची किंमत जवळपास एक लाख अमेरिकन डॉलर होती. ही रक्कम इतकी अधिक होती, की मदर यांनी ती कार विकून त्यातून मिळणाऱ्या रकमेतून त्या जमिनीवर 'शांतिनगर' नामक वस्ती वसवली. तिथे कुष्ठरोगाने पीडित असलेल्या रुग्णांच्या पुनर्वसनाची व्यवस्था केली गेली. तसंच शांतिनगरच्या परिसरातच अनाथ मुलांकरिता एक शिशुभवनही निर्माण करण्यात आलं.

मिशनरीज ऑफ चॅरिटी ब्रदर्स

मिशन आणि त्यांच्याशी निगडित असलेल्या संस्थांचं कार्य सुरुवातीला केवळ सिस्टर्सच बघत असत. परंतु काही कालावधीनंतर त्यांना पुरुष सेवकांचीदेखील गरज भासू लागली. म्हणून त्यांनी त्यांच्यासाठी 'मिशनरीज ऑफ चॅरिटी ब्रदर्स' नावाच्या संस्थेची निर्मिती केली. त्याअंतर्गत पुरुष सदस्यांनादेखील संघटनेत सामावून घेण्यात आलं. मदर यांनी मिशनरीज ऑफ चॅरिटी ब्रदर्सचं संपूर्ण उत्तरदायित्व ऑस्ट्रेलिया येथील एक निवासी फादर इयन ट्रेवर्स बाल यांच्यावर सोपवलं. त्यांना ब्रदर अँड्र्यू या नावानेदेखील ओळखलं जात असे. त्यांनी मिशनरीज ऑफ चॅरिटी ब्रदर्सच्या स्थापनेनंतर दोन वर्षांनी म्हणजेच सन १९६५पासून आपलं योगदान देण्यास प्रारंभ केला आणि एक उच्च अधिकारी म्हणून संघटनेत आपला सहभाग नोंदवला. त्यांना मदर टेरेसायांच्याबरोबरच या संघटनेचे सहसंस्थापक म्हणून ओळखलं जातं.

कालमानानुसार मिशनरीज ऑफ चॅरिटी ब्रदर्सची सदस्य संख्यादेखील वाढू लागली आणि देश-विदेशांतील युवकही या संस्थेत आपला सहभाग नोंदवू लागले. सिस्टर्सप्रमाणेच त्यांच्याही प्रशिक्षणाची व्यवस्था करण्यात आली. प्रशिक्षणानंतर मिशनद्वारे त्यांना वेगवेगळ्या ठिकाणी सेवाकार्यासाठी पाठवण्यात आलं. आज ही संघटना विश्वभरात कार्यरत आहे. अमेरिका, मेक्सिको, कोलंबिया यांबरोबरच भारतासह एकूण २१ देशांत मानवसेवेस समर्पित असलेले ब्रदर्स कार्यरत आहेत.

ले मिशनरीज ऑफ चॅरिटी

मदर यांनी फादर सेबस्टियन वाझकल यांच्या सहकार्याने २१ एप्रिल १९८७ रोजी 'ले मिशनरीज ऑफ चॅरिटी' या संस्थेची स्थापना केली. ही संस्था आंतरराष्ट्रीय स्तरावर कार्यरत आहे. या संघटनेचं मुख्य कार्य होतं, मदर यांच्याद्वारे स्थापित करण्यात आलेल्या अन्य संस्थांप्रमाणेच असहाय, तसंच समाजाकडून उपेक्षित अशा स्त्री-पुरुषांची सेवा करणे. ही संस्था स्वकीयांकडून नाकारल्या गेलेल्या, तसंच गोरगरीब, हताश लोकांच्या मनात सहकार्याची भावना निर्माण करते. त्याचबरोबर त्यांचं आत्मबल

वाढवून, त्यांना जगण्याच्या मुख्य प्रवाहात आणण्याचा, म्हणजेच त्यांच्यात जगण्याची इच्छाशक्ती प्रबळ करण्याचा प्रयत्न करते.

'सर्वसामान्य लोक ईश्वराच्या जितके जवळ असतात, तितकेच जवळ गरीब लोकही असतात, त्यामुळे त्यांनाही समाजात सन्मानाने जगण्याचा पूर्ण हक्क आहे. जे लोक गोरगरिबांची सेवा करतात आणि त्यांना सन्मानाने जगणं शिकवतात, त्यांच्यावर ईश्वरदेखील आपल्या कृपेचा वर्षाव करतो आणि त्यांना आशीर्वाद देतो,' असा मदर यांचा ठाम विश्वास असे.

या विचारधारेनुसारच ही संस्था प्रार्थनेच्या माध्यमातून लोकांच्या हृदयापर्यंत शांतीचा संदेश पोहोचवत असते.

आपणा सर्वांनाच प्रार्थनेचं महत्त्व ठाऊक आहे. विश्वभरातील प्रत्येक धर्मात प्रार्थनेच्या परिणामांविषयी सांगण्यात आलेलं आहे. आयुष्यात जेव्हा दुर्धर अशी कठीण वेळ येते आणि कोणताही तरणोपाय दिसू शकत नाही, अशा स्थितीत अंतिम उपाय म्हणून प्रार्थनेचाच अवलंब केला जातो. पूर्ण विश्वासाने केलेल्या प्रार्थनेचा परिणाम चमत्काराच्या रूपाने प्रकट होतो.

मनापासून केली गेलेली प्रार्थना इतकी प्रभावी ठरू शकते, की यामुळे केवळ मनोवांछित इच्छापूर्तीच होत नाही, तर इच्छांपासून मुक्तीदेखील मिळू शकते. प्रार्थना औषधीचं रूप धारण करून रोगमुक्ती आणि स्वास्थ्यदेखील प्रदान करू शकते. विश्वभरात असे कित्येक चमत्कार घडत असतात, जिथे प्रार्थनेच्या शक्तीद्वारे लोक अत्यंत असाध्य अशा आजारांतूनही एकदम बरे होतात. खरंतर रुग्ण असो वा गरीब, असहाय असो वा निराधार, सर्वांसाठी प्रार्थना हीच एक अशी औषधी आहे, जिच्याद्वारे मनुष्य स्वास्थ्य, समृद्धी, आपुलकी, प्रेम, आनंद आणि शांती असं सर्वकाही प्राप्त करू शकतो.

लिंक फॉर सिक अँड सफरिंग को-वर्कर्स

पुष्कळ दिवसांपासून मदर यांना हे जाणवत होतं, की मिशनचं कार्य करत असताना काही पुरुष तसंच महिला या पूर्वीइतक्या शारीरिकदृष्ट्या सक्षम राहिलेल्या नाहीत. त्यांच्यात दुर्बलता जाणवत होती. एखाद्या आजारपणाने म्हणा किंवा इतरही काही शारीरिक अक्षमतेमुळे कित्येक सेवक सेवाकार्यासाठी दुर्बल ठरत होते. परंतु तरीही त्यांच्यातील निष्ठा आणि चिकाटी मात्र कायम होती. काहीही झालं तरी त्यांना मिशनपासून दूर जाण्याची इच्छा नव्हती.

त्यांची ही मानसिकता मदर यांच्या लगेच लक्षात आली. अशा सदस्यांना राहण्यासाठी वेगळी, स्वतंत्र व्यवस्था का बरं करण्यात येऊ नये? जेणेकरून त्यांच्यावर संघटना सोडून जाण्याची वेळच येऊ नये, असा विचार त्या आता करू लागल्या होत्या. बघता बघता मदर यांनी अशा सेवकांसाठी एका नव्या संस्थेच्या स्थापनेची रूपरेखा आखली. यासाठी त्यांनी आपल्या जुन्या सहकारी जॅकलिन यांची निवड केली, ज्या आजारी असल्या तरी मदर यांच्या कार्याशी संलग्न राहू इच्छित होत्या.

मदर यांनी आंतरराष्ट्रीय स्तरावर 'लिंक फॉर सिक अँड सफरिंग को-वर्कर्स' या संस्थेची स्थापना केली आणि या संस्थेचं अध्यक्षपद जॅकलिन यांच्याकडे सोपवलं. त्यांनीही या पदाची जबाबदारी अत्यंत उत्कृष्टरीत्या निभावली.

प्रेमदान

मदर यांनी सन १९७३च्या एप्रिल महिन्यात 'प्रेमदान' नावाच्या संघटनेचीही स्थापना केली. या संस्थेकरिता कोलकाता येथील तिलजला विभागातील एका जागेची निवड करण्यात आली. ही संस्थादेखील 'निर्मल हृदय'प्रमाणेच दीन-दुबळ्या, दुःखी-निराधार लोकांच्या कल्याणाकरिता समर्पित होती. इथे उपेक्षित पुरुष, तसंच महिलांना ठेवलं जात असे. असे लोक, ज्यांना काही न काही कारणास्तव समाजाकडून बहिष्कृत करण्यात आलेलं आहे, त्यांना प्रेमदानमध्ये आश्रय दिला जात असे. यांत अशा महिलांची संख्या जास्त असे, ज्यांना कोणताही आधार नसल्याने, त्या असहायपणे दारोदार भटकण्यासाठी विवश झालेल्या असत. 'प्रेमदान' या संस्थेत अशा महिलांना सन्मानाने जगण्यास शिकवलं जात असे आणि एका अर्थाने त्यांना नवजीवनही प्रदान केलं जात असे.

पोप यांचा भारत दौरा

मिशनच्या स्थापनेआधी आणि त्यानंतरही मदर यांना वेळोवेळी टीका-अवहेलनेला सामोरं जावं लागत असे. परंतु सन १९८६मध्ये एक दिवस असाही उगवला, जेव्हा पोप जॉन पॉल द्वितीय यांनी अगदी मनसोक्तपणे त्यांच्या कार्याचं कौतुक केलं.

पोप जॉन पॉल द्वितीय हे जेव्हा रोमहून भारताच्या दौऱ्यावर आले, तेव्हा त्यांना 'निर्मल हृदय' संस्थेचं कार्य पाहण्याची खूप इच्छा होती. म्हणून त्यांना सुरक्षारक्षकांच्या देखरेखीखाली सन्मानाने कोलकाता येथे आणण्यात आलं. त्यांनी ज्यावेळी 'निर्मल हृदय'मध्ये प्रवेश केला, त्यावेळी त्यांच्याबरोबर आलेले कित्येक बिशप (धर्मगुरू),

तसंच विविध वृत्तपत्रांचे पत्रकार यांना बाहेरच थांबविण्यात आलं. पोप यांनी तिथल्या कार्यपद्धतीचं बारकाईने निरीक्षण केलं आणि मदर तसंच त्यांच्या सहकाऱ्यांकडून होत असलेल्या कार्याचंही खूपच कौतुक केलं.

ते म्हणाले, ''हे अशा लोकांचं आश्रयस्थान आहे, जे खूपच दुःखी असून त्यांनी परिस्थितीसमोर हात टेकलेले आहेत; तसंच हे स्थान म्हणजे अशा लोकांसाठी एकप्रकारचं वरदानच आहे. आयुष्यभर निराधार आणि निराश्रित असलेल्या लोकांना 'निर्मल हृदय'मध्ये आल्यानंतर भरपूर सुख, शांती आणि समाधान लाभतं. इथलं वातावरण प्रेम, साहस, आशा, सद्भाव आणि विश्वासाने ओतप्रोत भरलेलं आहे. म्हणूनच इथे आल्यानंतर प्रत्येकजण आपापल्या यातना विसरून जातो आणि त्यांच्यात पुन्हा एकदा जगण्याची उमेद निर्माण होते.''

संपूर्ण जगभरात ज्यांना उच्चकोटीच्या आध्यात्मिक पातळीवर स्थित असल्याचं मानलं जातं, अशा महान विभूतीद्वारे केल्या गेलेल्या या कौतुकाचा मदर यांनी अत्यंत नम्रतेने स्वीकार केला. पोप यांच्या पदस्पर्शामुळे 'निर्मल हृदय'च्या गौरवात आणखी भरच पडली, अशीच त्यांची दृढ भावना होती. त्यांच्या दृष्टीने तो दिवस म्हणजे मिशनरीज ऑफ चॅरिटीच्या सर्वोच्च अशा दिवसांपैकी एक होता. आधी लोकांकडून होणाऱ्या टीकेला डगमगून जसं त्यांनी आपलं कार्य थांबवलं नव्हतं, तसंच आता कौतुक सोहळ्यानंतरही त्या थांबल्या नाहीत, तर पूर्वीप्रमाणेच आपल्या कार्यात गढून गेलेल्या होत्या.

सेवेशी संबंधित मदर यांचे विचार

मदर टेरेसा यांचं दुसरं नाव म्हणजे 'सेवा'! त्या साक्षात सेवेच्या प्रतिमूर्ती होत्या. अनाथ, आजारी, निर्धन तसंच मरणासन्न लोकांची सेवा करण्यासारख्या अलौकिक मानवी कल्याणाच्या लोकोत्तर कार्याबाबत त्या विश्वस्तरावर सुप्रसिद्ध होऊ लागल्या होत्या. त्यांच्याद्वारे घडत असलेल्या विविध सेवाकार्यांचा उल्लेख थॉमस माल्कोम यांच्या अनेक सचित्र वृत्तमालिकांमध्ये अत्यंत सुंदररीत्या वर्णित करण्यात आल्याचं आढळतं. मदर यांचं सेवाकार्य जगासमोर प्रस्तुत करण्याबाबत त्यांना विशेष श्रेय दिलं जातं.

थॉमस माल्कोम यांनी लिहिलेलं सुप्रसिद्ध पुस्तक 'समथिंग ब्यूटिफुल फॉर गॉड'मध्येही मदर टेरेसात्यांच्याद्वारे घडलेल्या विविध सेवाकार्यांचं, तसंच त्यांच्यातील सेवाभावी वृत्तीचंच प्रामुख्याने वर्णन करण्यात आलेलं आहे. ज्याविषयी मदर सांगत असत–

"सेवाकार्य करत असताना मनुष्य नेहमी सावध असतो आणि त्याच्यातील आत्मविश्वासही वृद्धिंगत होत असतो. आपल्यामध्ये अहंकार तर वाढत नाही ना, किंवा आपल्या चेतनेचा स्तर खालावत तर नाही ना, याचीच त्याला सदोदित चिंता वाटत असते. सेवाकार्य करत राहिल्याने मनुष्यामध्ये एकाग्रता वाढते; संकल्पशक्ती, ठाम निर्णय घेण्याची शक्ती, तसंच संवादशक्तीचीही वृद्धी होते. या गोष्टी त्याच्या वैयक्तिक आयुष्यातही लाभच देतात.''

भाग २१

सेवेचं मूळ उद्दिष्ट

विश्वास ही हृदयाची अशी लेखणी आहे
जी स्वर्गीय गोष्टींनाही चित्रित करू शकते...

प्रारंभी अत्यंत साधेपणाने जगणाऱ्या मदर यांच्या खोलीत कोणत्याही प्रकारची अत्याधुनिक साधन-सुविधा नव्हती. कारण या गोष्टीच मनुष्याचा हव्यास वाढवतात आणि तो आपल्या कर्तव्याच्या मार्गावरून पथभ्रष्ट होतो, असं त्यांचं ठाम मत असे. साधन- सुविधेत गुंतून राहिल्याने मनुष्यामध्ये एक प्रकारचा आवेश निर्माण होतो, जो त्याच्या उद्दिष्टपूर्तीमध्ये बाधा निर्माण करतो. म्हणून त्यांनी मिशनचं कार्य बळकट करणाऱ्या सवयींचा अवलंब केला आणि स्वतःबरोबरच इतर सहकारी सेवकांनाही साधेपणाने जीवन जगण्याच्या उद्देशाने प्रेरित केलं. त्यांच्या या तत्त्वामुळेच मिशनशी संबंधित असलेल्या सर्व सिस्टर्स आणि ब्रदर्सदेखील आपलं संपूर्ण लक्ष पीडितांच्या सेवाकार्यात केंद्रित करू शकले.

काही कालावधीनंतर त्यांनी आपल्या घराबाहेर साखळीने एक घंटा बांधली. जेव्हा एखाद्या गरजवंताला मदतीची आवश्यकता भासे, तेव्हा तो ही घंटा वाजवत असे. मग तो आवाज ऐकून मदर किंवा

त्यांची एखादी सिस्टर लगेच समोरच्या व्यक्तीच्या मदतीसाठी धावून येत असत.

जसंजसा मिशनच्या कार्याचा विस्तार होऊ लागला, तसतशी मदर यांना भेटायला येणाऱ्या लोकांची संख्या वाढू लागली. दररोज कित्येक लोक मदर यांना देणगी देण्यासाठी त्यांच्याशी संपर्क साधू लागले. ते आपल्यासोबत केवळ धन-संपत्तीच आणत नव्हते, तर अनेक प्रकारच्या वस्तूदेखील ते सोबत आणत असत. मिशनला दानस्वरूपात मिळालेल्या प्रत्येक गोष्टीचा मदर अत्यंत नम्रपणे स्वीकार करत असत. वेळ आणि सोयीनुसार त्यादेखील जास्तीत जास्त लोकांना भेटण्याचा प्रयत्न करून, त्यांना एक स्मृतिपत्र भेट देत असत, ज्यातील आशय काहीसा अशा प्रकारचा असे-

'ईश्वराने आपल्याला यासाठी पात्र बनवावं, की या जगतातील सर्व गरीब आणि भुकेल्या लोकांची सेवा करता यावी.

ईश्वराने आपल्याला असं माध्यम बनवावं, की आपल्याला त्या लोकांचं पोट भरता यावं; तसंच त्यांना आनंद, शांती आणि प्रेमही देता यावं.

ईश्वराने आपल्याला यासाठी पात्र बनवावं, की सामाजिक घृणेचा अंत करून, प्रेम आणि शांततेची स्थापना करता यावी.

ईश्वराची कृपा अशा प्रकारे व्हावी, की आपल्याला -

जिथे प्रमाद असेल तिथे क्षमादान,

जिथे कटुता असेल तिथे सद्‌भावना,

जिथे लबाडी असेल तिथे प्रामाणिकता,

जिथे अनास्था असेल तिथे आस्था,

जिथे निराशा असेल तिथे आशा,

जिथे अंधकार असेल तिथे प्रकाश;

तसंच जिथे दुःख असेल तिथे सुखाचे गालिचे अंथरता येतील.'

प्रस्तुतच्या पत्रात म्हणजेच प्रार्थनेत आपल्याला मदर यांच्यातील ईश्वरावरील दृढ भक्तिभाव आणि त्यांच्या कणखर (प्रखर) इच्छाशक्तीचं दर्शन घडतं.

सर्वांभूती समभाव

एके दिवशी एक गरीब मनुष्य मदर यांना भेटण्यासाठी आला. त्याला त्यांची तातडीने भेट घ्यायची होती; परंतु मदर यांनी ती वेळ इतर कोणासाठी तरी राखून ठेवली होती. म्हणून त्यांनी त्यावेळी त्या मनुष्यास भेटण्यास नकार दिला. योगायोगाने त्याचवेळी एक श्रीमंत मनुष्यदेखील तिथे आला, त्यालाही त्याचवेळी मदर यांना भेटायचं होतं. परंतु मदर यांनी त्यालाही भेटण्यासाठी नकारच दिला. या दोन्हीही पाहुण्यांना सिस्टर्सना भेटण्याची सूचना करून त्या आपल्या नियोजित कार्यास निघून गेल्या.

मदर यांचं असं वर्तन म्हणजे त्यांचं आणखी एक वैशिष्ट्यच दर्शवतं. त्या कधीही लहान-मोठा अथवा श्रीमंत-गरीब असा कोणताही भेदभाव करत नसत. त्यांच्या नजरेत सर्वजण एकसमानच असत. त्या नेहमी म्हणत -

'ही उच्च-नीचता मनुष्याने स्वतःच्या स्वार्थासाठी बनवली आहे. खरंतर ईश्वराने सर्व मानवांना एकसारखंच शरीर दिलेलं आहे; परंतु लोकांनी सर्वांची वेगवेगळ्या जाति-धर्मांत विभागणी करून ठेवली आहे. सर्व मानवांचं आध्यात्मिक क्षेत्र एकच असतं आणि ते म्हणजे, ईश्वराविषयी मनात असलेला विश्वास आणि अतुट श्रद्धा. त्याच्याच आधारे ते कर्म करत असतात आणि मग त्यांच्या धारणा बनत जातात.'

तसं पाहायला गेलं, तर प्रत्येक मनुष्य आपापल्या आकलनानुसार सेवाकार्य करत असतो; परंतु खूपच कमी लोक असे असतात, जे सर्वांभूती समभावाचा दृष्टिकोन विकसित करू शकतात. हे एक असं वरदान आहे, ज्याच्या प्राप्तीनंतर मनुष्य नेहमी समृद्ध जीवन जगू शकतो. कोणीतरी योग्यच म्हटलं आहे, 'यथायोग्य मानसिक दृष्टिकोन असणाऱ्या मनुष्यास त्याच्या उद्दिष्टापर्यंत पोहोचण्यासाठी कोणतीही गोष्ट रोखू शकत नाही. तसंच या भूतलावरील कोणतीही गोष्ट चुकीचा मानसिक दृष्टिकोन असणाऱ्या मनुष्याची मदत करू शकत नाही.'

अर्थात, जो मनुष्य सर्वांसोबत एकसारखंच वर्तन करतो, कोणाशीही दुजाभाव करत नाही, त्याच्यासाठी हे जीवन एकदम सहज-सुलभ होऊन जातं. मदर यांच्यासह कित्येक महान व्यक्तिमत्त्वांनी समानतेच्या या दृष्टिकोनाचा अवलंब करून खऱ्या अर्थाने सेवाकार्य केलं आहे. ज्या क्षणापासून मनुष्य आपल्या सभोवतालच्या लोकांमध्ये भेदभाव करू लागतो, त्याच क्षणापासून त्याच्या आयुष्यात वाईट गोष्टी प्रवेश करू लागतात. अशा स्थितीत दृष्टिकोन हा तथ्याहून अधिक महत्त्वाचा असतो, ही समज आपल्यात असायला हवी. म्हणूनच भेदभाव करण्याच्या सवयीतून स्वतःला मुक्त

करून, समतेची दृष्टी विकसित करायला हवी.

सेवाकार्याचा योग्य उद्देश

मदर यांच्याकडून मिशन आणि इतर संस्थांची जेव्हा स्थापना करण्यात आली, तेव्हा अन्य कित्येक लोकदेखील वेगवेगळ्या प्रकारचं सेवाकार्य करतच होते. त्या काळी काही असेही ढोंगी-पाखंडी लोक होते, जे धर्मोपदेशक बनून लोकांमध्ये सेवाकार्याविषयी चुकीचे समज पसरवू लागले होते, तर काही संस्थांनी केवळ पैसे कमावण्याच्या उद्देशानेच सेवाकार्यास प्रारंभ केला होता. अशा ठिकाणी काम करण्यासाठी लोकांना काहीतरी आमिष अथवा भीती दाखवली जात असे. अशा वातावरणात लोक सेवाकार्याचा योग्य अर्थ समजून न घेताच आपला मानसिक अहंभाव कुरवाळण्यासाठी सेवाकार्याचा दिखावा करत असत. कारण तिथे त्यांना चुकीचाच उपदेश केला जात असे. उदाहरणार्थ- 'तुम्ही जर अमुक इतकं दान केलंत, तर तुमची स्वर्गातील जागा निश्चित... देहत्यागानंतर तुम्ही स्वर्गात राज्य कराल... तुम्ही जितकी अधिक सेवा करत राहाल, तितकंच तुम्ही ईश्वराच्या अधिक समाप जाल...' इत्यादी. अशा भ्रामक समजुतींमध्येच गुरफटून लोक पथभ्रष्ट होत असत आणि मग अशा ढोंगी लोकांचा कारभारही वाढत जात असे.

आध्यात्मिक विकासाकरिता प्रयत्न

मदर टेरेसा यांचा हेतू मात्र शुद्ध आणि पवित्र होता; निर्धन आणि निराधार लोकांची सेवा करत राहणं, आध्यात्मिकदृष्ट्या त्यांना आपुलकी-जिव्हाळा देणं, त्यांच्या व्यथा-वेदना दूर करणं, त्यांचं दुःख समजून घेणं आणि त्यांना प्रत्यक्ष ईश्वरप्राप्तीचा योग्य मार्ग दाखवणं. यासाठी त्यांनी जून १९७६मध्ये मिशनच्याअंतर्गत 'कंटेंप्लेटिव्ह सिस्टर्स'नामक एका संस्थेची स्थापना केली. तिचं अध्यक्षपद त्यांनी आपल्या वरिष्ठ सहकारी निर्मला जोशी यांच्याकडे सुपूर्द केलं, ज्यांच्याकडे त्यांच्या उत्तराधिकारी, वारसदार म्हणूनही पाहिलं जातं.

आध्यात्मिकतेचा अवलंब करून दीनदुबळ्या लोकांच्या आयुष्यात परिवर्तन कसं घडवावं, याचं या संस्थेत प्रत्येक सिस्टरला प्रशिक्षण दिलं जात असतं. हे मुळातच एक पवित्र असं कार्य आहे, जे करणाऱ्या सिस्टर्सना 'कंटेंप्लेटिव्ह सिस्टर्स' (मनन करणाऱ्या भगिनी) या नावाने ओळखलं जातं.

याच धर्तीवर लवकरच 'कंटेंप्लेटिव्ह ब्रदर्स' या संस्थेचीदेखील सुरुवात झाली.

मदर यांनी तिचा कार्यभार फादर सेबास्टियन बाझकल यांच्याकडे सोपवला. या संस्थेत पुरुष सेवकांनाही सिस्टर्सप्रमाणेच प्रशिक्षण दिलं जातं, तसंच त्यांनाही आध्यात्मिकतेशी निगडित असंच कार्य सोपवलं जातं. या प्रशिक्षणाद्वारे गोरगरीब, तसंच असहाय लोकांना आध्यात्मिकतेकडे वळवून त्यांच्या आयुष्यात परिवर्तन घडवून आणलं जात असे.

मदर जे काही कार्य करत असत, त्या कार्यात नेहमी त्यांना ईश्वराचा आशीर्वाद मिळत असे. मिशनरीज ऑफ चॅरिटी ही संस्था ख्रिस्ती धर्म–संप्रदायाशी निगडित होती. मदर यांच्या मनातदेखील चर्चशी संबंधित धार्मिक तसंच आध्यात्मिक लोकांविषयी एक विशेष असं आदराचं स्थान होतं. त्या नेहमी चर्चमधील धर्मोपदेशकांविषयी आदरभाव बाळगत असत, वेळोवेळी मार्गदर्शनाकरिता त्यांची मदत घेत असत. अनेक धर्मोपदेशक त्यांच्या संपर्कात राहत असतं. मदर यांनी अशा एखाद्या संस्थेची स्थापना करावी, ज्यात आपलाही काही सहभाग असू शकेल, असं त्यांना नेहमी वाटे. मदर यांनाही त्यांचा प्रस्ताव खूपच आवडला. म्हणून त्यांनी १९८१मध्ये 'कॉर्पस क्रिस्टी मूव्हमेंट' या नावाचं आंदोलन, तसंच ऑक्टोबर १९८४मध्ये 'मिशनरीज ऑफ चॅरिटी फादर्स' या नावाच्या संस्थेचा शुभारंभ केला. यासाठी त्यांनी फादर जोसफ लँगफोर्ड यांची मदत घेतली.

मदर टेरेसा कालवश झाल्यानंतर आजही या दोन्ही संस्था अखंडपणे कार्यरत आहेत. मदर नेहमी म्हणत असत, 'चर्चच्या धर्मोपदेशकांकडून मिशनरीज ऑफ चॅरिटीकरिता दिलं गेलेलं हे अद्‌भुत योगदान म्हणजे खरंतर ईश्वराच्या चरणी अर्पण केला गेलेला एक अद्वितीय असा प्रयास आहे.'

भाग २२

सेवा आणि क्षमा

आपल्याला जर खरं प्रेम करायची इच्छा असेल
तर क्षमा करण्यास शिकावं लागेल...

१९५० च्या दशकात मिशनरीज ऑफ चॅरिटीचा कार्यविस्तार होऊ लागला. हळूहळू भारतातील कित्येक शहरांतून मदर यांना मिशनच्या केंद्राची स्थापना करण्यासाठी निमंत्रणं येऊ लागली. अशी आमंत्रणं आल्यानंतर आधी स्वतः तिथे जाऊन प्रत्यक्ष तिथली परिस्थिती पाहूनच तिथे केंद्राची स्थापना करायची, असाच मदर यांचा प्रयत्न असे. अशा रीतीने वेगवेगळ्या शहरांत प्रवास केल्यानंतर त्यांनी प्रत्येक ठिकाणी जवळपास एकसारखंच वातावरण पाहिलं. तिथे असहाय पीडितांना मदतीची खूपच आवश्यकता होती. त्यावेळच्या परिस्थितीचं अवलोकन करून त्यांनी कोलकात्याशिवाय भारतातील इतरही २५ शहरांत मिशनरीज ऑफ चॅरिटीची उपकेंद्रं सुरू केली.

भारताबरोबरच जगातील कित्येक देशांत आता मदर यांच्या कार्याची प्रशंसा होऊ लागली. त्यांना अमेरिका, दक्षिण आफ्रिका, ऑस्ट्रेलिया, जपान यांसारख्या कित्येक देशांकडून मिशनच्या नव्या शाखा स्थापना करण्याकरिता निमंत्रणं येऊ लागली. १९६०-७०च्या

दशकादरम्यान प्रत्येक देश वेगवेगळ्या समस्यांना सामोरं जात होता. कुठे दुष्काळ पडलेला होता, तर कुठे युद्धामुळे बहुसंख्येने लोक अत्यवस्थ झालेले होते. एखाद्या देशात महिलांच्या समस्यांनी डोकं वर काढलं होतं, तर कुठे अमली पदार्थांमुळे तरुणाई बरबाद होऊ लागली होती. या समस्यांचं अवलोकन करून, मदर यांनी प्रत्येक देशाची समस्या लक्षात घेऊन तिथे तशाच प्रकारच्या केंद्रांची स्थापना केली. अखेर १९७०च्या दशकापर्यंत मिशनच्या २००हून अधिक केंद्रांची स्थापना संपूर्ण विश्वभरात झाली होती.

कुटुंबीय आणि मातृभूमीचं ऋण

याचदरम्यान मिशनच्या कार्यानिमित्त आपली जन्मभूमी स्कोप्जी येथे जाण्याची मदर यांना संधी मिळाली. परंतु कार्यबाहुल्यामुळे त्या कुटुंबातील कोणत्याही सदस्याला भेटू शकल्या नाहीत. त्यानंतर मात्र पुन्हा कधी त्यांना आपल्या कुटुंबीयांना भेटण्याची तशी संधीच प्राप्त झाली नाही. त्यांच्या कुटुंबातील सर्वच सदस्य एक-एक करून या जगाचा निरोप घेऊ लागले. सर्वांत आधी १९७२मध्ये आईच्या मृत्यूची बातमी मिळाली, ती ऐकून त्या खूपच व्यथित झाल्या. या धक्क्यातून त्या अद्याप सावरल्याही नव्हत्या, की १९७३मध्ये त्यांच्या भगिनीच्या मृत्यूची बातमी येऊन धडकली. या घटनांनी त्यांच्या मनावर खूपच परिणाम झाला.

काही वर्षांनंतर, सन १९८१मध्ये त्यांचे बंधू लाजार यांच्याही मृत्यूची बातमी मिळाली. ते कर्करोगग्रस्त झाले होते आणि आपल्या अंत:काळी त्यांना खूपच यातनांना सामोरं जावं लागलं. त्यांच्या निधनाच्या वृत्ताने मदर यांना खूप त्रास झाला; परंतु या साऱ्या आपत्तींना तोंड देत असतानाही त्या कधी भावनात्मकदृष्ट्या कमकुवत झाल्या नाहीत. त्यांना आयुष्याची अनिश्चितता उत्तमप्रकारे ठाऊक होती. जो प्राणी जन्माला येतो, त्याला एक ना एक दिवस मरावंच लागतं, हे त्यांना योग्यप्रकारे माहीत होतं. ईश्वराने कोणाला किती आयुष्य दिलंय, हे तर कोणीच सांगू शकत नाही, त्यामुळे शक्यतो आयुष्याचा एक एक क्षण गरजवंतांच्या साहाय्यासाठी खर्ची पडायला हवा, असा विचार त्या नेहमी करत. यावेळीही त्यांनी अशीच आपल्या मनाची समजूत घातली आणि स्वत:ला मिशनच्या कार्यात गुंतवून घेतलं.

आई, बहीण आणि भावाच्या मृत्यूच्या घटनेनंतर मदर यांनी त्यावर खूप मनन केलं. त्यांच्या मनात नेहमी असाच विचार येई, की आपण जगाच्या कानाकोपऱ्यात जाऊन लोकांना मदत करत आहोत; परंतु ज्या कुटुंबाने आणि देशाने आपलं पालन-पोषण केलं, आपल्याला मोठं केलं, आपल्या अंतरंगात पीडितांच्या सेवेचं बीजारोपण

केलं, त्यांच्यासाठी मात्र आपण काही करू शकत नाही. त्यामुळेच आपली जन्मभूमी अल्बानिया येथे एका केंद्राची स्थापना करण्याचा त्यांनी निर्णय घेतला. १९९०पर्यंत त्या देशाच्या शासन व्यवस्थेने लोकांवर काही धार्मिक बंधनं घातलेली होती, त्यानुसार तिथे कोणत्याही धर्माचं पालन करण्यास मज्जाव होता. त्यामुळे त्यांना तिथे मिशनचं केंद्र स्थापन करण्यास परवानगी मिळू शकली नाही. परंतु तरीही एक ना एक दिवस इथे मिशनच्या कार्यास नक्कीच शुभारंभ होईल, अशी आशा त्यांच्या मनात कायम पल्लवीत होती.

अखेर १९९०मध्ये तिथल्या सरकारने लोकांवर लादलेले धार्मिक निर्बंध काढून टाकले आणि त्यांना त्यांच्या पसंतीनुसार धर्मपालन करण्याचं स्वातंत्र्य बहाल करण्यात आलं. या घटनेनंतर मदर यांनी तिथल्या राष्ट्रपतींशी संपर्क साधून मिशनचं केंद्र स्थापन करण्याची परवानगी मागितली. १९९२मध्ये त्यांना यासाठी परवानगीही मिळाली. त्यानंतर लगेच काही सिस्टर्सना सोबत घेऊन मदर स्वतःच अल्बानियाला गेल्या. तेव्हा त्यांना या गोष्टीचं स्मरण झालं, की १८ व्या वर्षी पीडितांची सेवा करण्याचं उद्दिष्ट घेऊन आपण हा देश सोडला होता. आता वयाच्या ८२व्या वर्षी आपल्या मातृभूमीवर पुन्हा आपण पदार्पण करत आहोत.

अल्बानिया येथे त्यांचं भव्य स्वागत झालं. लोकांनी त्यांच्या कार्याची खूप स्तुती केली. त्या भूमीवर पाऊल ठेवताच मदर यांना आपल्या आईची तीव्रतेने आठवण झाली, जिने त्यांना त्यांच्या मूळ उद्दिष्टाची जाणीव करून दिली होती. जन्मभूमीवर स्वागतासाठी बहुसंख्येने जमलेल्या लोकांना पाहून मदर यांना कृतकृत्य झालं. त्यांनी अत्यंत नम्रतेने तिथे जमलेल्या लोकांना धन्यवाद देत म्हटलं-

"मी आज ६४ वर्षांनंतर माझ्या जन्मभूमीवर परतले आहे. आपल्याकडून मिळालेल्या मान-सन्मानाने मी अगदी भारावून गेले आहे. मी मिशनरीज ऑफ चॅरिटीच्या माध्यमातून आपणा सर्वांस आपुलकी आणि जिव्हाळा देऊ इच्छिते, जसा आजवर विश्वभरातील असंख्य लोकांना दिला गेला. आपल्या सर्वांच्या सहकार्यानेच आपली ही संस्था अखंड, खंबीरपणे कार्यरत राहू शकेल, याचा मला पूर्ण विश्वास आहे. ज्यांना या संस्थेची खरोखरच गरज आहे, अशा गरजूंना या संस्थेचा अधिकाधिक लाभ मिळावा, यासाठी आम्ही पूर्णपणे प्रयत्न करू."

दुःखमुक्तीचा मार्ग - सेवा

कित्येक लोक आप्त-स्वकीयांच्या मृत्यूच्या दुःखात वर्षानुवर्षे आकंठ बुडालेले

असतात आणि आपल्या जीवनातील आशावादच हरवून बसतात. मदर यांच्या जीवनातही अशा घटना घडल्या, परंतु तरीही त्यांनी सेवाकार्यालाच प्राधान्य दिलं. प्रत्येक मनुष्य आयुष्यात असं धैर्य दाखवू शकत नाही. आपल्या प्रियजनांच्या मृत्यूने लोक नेहमी दुःखाच्या दरीतच कोसळतात आणि आयुष्यातील आपली मौलिकता गमावून बसतात. परंतु मदर यांनी मात्र या साऱ्या दुःखांवर मात करत आपलं सेवाकार्य सातत्याने सुरूच ठेवलं, त्यात यत्किंचितही खंड पडू दिला नाही.

यातून आपणही ही समज बाळगायला हवी, की सर्वसामान्य लोकांच्या आयुष्यात ज्या घटना घडत असतात, त्या महान लोकांच्या आयुष्यातही घडतच असतात. परंतु ते त्या घटनांनाच संधी समजून अग्रेसर होतात आणि त्यामुळेच ते महान गणले जातात. मदर यादेखील आपल्या आयुष्यातील प्रत्येक चांगल्या-वाईट घटनेला सामोऱ्या गेल्या. त्यांनी नेहमी अव्यक्तिगत, निःस्वार्थ अशा कार्यालाच प्राधान्य दिलं.

'पूर्ण समर्पण, स्वतःवरील पूर्ण विश्वास आणि प्रत्येक काम पूर्णत्वास नेण्याची वृत्ती, हे असे गुण आहेत, जे महान लोकांना इतरांहून वेगळं, वैशिष्ट्यपूर्ण ठरवतात.' या ओळी म्हणजे मदर यांच्या जीवनाचा जणू काही आरसाच होत. त्यांच्यात असे अनेक सद्गुण होते, ज्यांच्यामुळे त्यांनी आपलं कार्य केवळ कोलकाता शहरापुरतंच मर्यादित ठेवलं नाही तर भारतभरातील कित्येक शहरांत आणि संपूर्ण विश्वभरात प्रसारित केलं.

सेवाकार्यात क्षमेचं महत्त्व

आपल्या संपूर्ण हयातीत मदर यांना कित्येकदा वादविवादास्पद प्रसंगांना सामोरं जावं लागलं. बऱ्याचदा लोकांनी त्यांची खूप निंदानालस्तीदेखील केली. सन १९९४मध्ये ब्रिटिश दूरदर्शनच्या एका वाहिनीवर मदर यांच्याशी संबंधित एक कार्यक्रम दाखवण्यात आला, ज्यात 'नरकाचा देवदूत' अशा शब्दांत त्यांचा उल्लेख करण्यात आला. हे पाहून मदर यांच्या समर्थकांनी तीव्र आक्षेप नोंदवला. परिणामी या कार्यक्रमाचं प्रसारण बंद करण्यात आलं. त्यावेळी मदर यांनी संपूर्ण विश्वभरात पसरलेल्या मिशनरीज ऑफ चॅरिटीच्या आपल्या समर्थकांना शांततेचं आवाहन केलं. 'कोणी काहीही म्हटलं तरी आपण आपलं काम नेहमी हसतमुखाने करत राहायला हवं,' असं त्या नेहमी सांगत.

अशा प्रकारच्या वादविवादांमुळे मदर यांना कित्येकदा दुःख होत असे, परंतु त्या प्रत्येक परिस्थितीचा सखोल अभ्यास करून तिला सामोरं जात. हिचेंस याने आपल्या कार्यक्रमाद्वारे त्यांच्यावर अमर्याद टीकाटिप्पणी केली होती, तरीही मदर यांनी त्याला क्षमाच केली. मात्र त्याने मदर यांना त्रास देणं कधी सोडलंच नाही. काही काळानंतर

त्याने मिशनरीज ऑफ चॅरिटीच्या कामकाजाची हेटाळणी करणारं 'द मिशनरीज पोजिशन : मदर टेरेसा इन थिअरी अँड प्रॅक्टिस' नावाचं पुस्तकदेखील लिहिलं. या पुस्तकातसुद्धा त्याने मदर आणि त्यांच्या विविध संस्था यांच्या कार्याविषयी अत्यंत कठोर शब्दांत प्रहार केले.

या पुस्तकावर जगभरातून उलटसुलट प्रतिक्रिया येऊ लागल्या, त्यामुळे मदर या बऱ्याच कालावधीपर्यंत व्यथित होत्या. सन १९९६मध्ये एका पत्रकाराने त्यांना या पुस्तकाविषयी त्यांचं मत विचारलं. तेव्हा त्यांनी फक्त इतकंच सांगितलं, की मी आणि माझ्या संस्थांतील काही सिस्टर्सनी हे पुस्तक वाचलं आहे, परंतु यामुळे आम्हाला तसा काही फरक पडत नाही. आम्ही आधीसुद्धा त्यांना क्षमाच केली होती आणि आताही क्षमाच करतो आहे.

तसं पाहायला गेलं, तर प्रत्येक युगात निःस्वार्थ बुद्धीने परोपकाराचं कार्य करणाऱ्या महान व्यक्तिमत्त्वांना नेहमी अवहेलनेलाच सामोरं जावं लागलं.

येशू ख्रिस्तांविषयी काही लोकांच्या मनात इतकी तिरस्काराची भावना बळावलेली होती, की अखेर त्यांना सुळावर चढवण्यात आलं. तरीही त्यांनी हीदेखील ईश्वराचीच इच्छा आहे असं समजून, त्या लोकांसाठी क्षमा प्रार्थना केली आणि लोकांनाही क्षमेचा धडा दिला. संत सुकरात यांचाही इतका तिरस्कार करण्यात आला, की आयुष्याच्या अंतिम क्षणी त्यांनादेखील विष पाजण्यात आलं, तरीही ते आपल्या तत्त्वांवर ठाम राहिले.

भक्त प्रल्हादांनादेखील ईश्वरभक्ती करण्यासाठी कित्येक संकटांचा सामना करावा लागला. संत मीराबाई महालांमध्ये राहात असत; परंतु कृष्णभक्तीमुळे त्यांना आपलं घरदार आणि इतरही सर्व सुखसुविधांचा त्याग करावा लागला. भगवान बुद्धांनाही आपल्या आयुष्यात कित्येकदा तिरस्कार आणि द्वेषाचा सामना करावा लागला, परंतु तरीही ते सत्याचा प्रचार-प्रसार करतच राहिले.

अशा प्रकारे सर्वच महान विभूतींच्या आयुष्याकडे पाहिलं, तर त्या सर्वांमध्ये एक समान गोष्ट आढळते ती म्हणजे- क्षमा!! खरंच, त्या सर्वांचं हृदय इतकं विशाल होतं, की ते आपला तिरस्कार करणाऱ्यांनाही क्षमाच करत असत. असं करून ते स्वतः तर मुक्त झालेच; पण त्याचबरोबर त्यांनी इतरांसाठीही मुक्तीचा मार्ग प्रशस्त केला.

इथे आपल्यासाठी काही प्रश्न आहेत, ज्यांच्यावर पुढे वाचण्यापूर्वी मनन करूया.

क्षमा अथवा माफी मागणं याला आपण काय समजता? क्षमा मागण्याविषयी आपल्या कोणकोणत्या धारणा आहेत? आपण केव्हा केव्हा क्षमायाचना करता? आपण कशा पद्धतीने क्षमा मागता? कोणाकडे क्षमा मागता?

खरंतर 'क्षमा' मागणं म्हणजे काही केवळ वरवरचं सॉरी म्हणण्यासारखं पोकळ आदान-प्रदान नव्हे, तर ही एक आंतरिक बीजभावना आहे. क्षमेचा आवाका खूपच सखोल आणि विशाल आहे. ही एकप्रकारची साधनाच आहे. पूर्ण सजगता आणि सतर्क भावनेसहित, जी मागितली अथवा केली जाते, ती खरी क्षमासाधना होय. क्षमा या शब्दाचा वास्तविक अर्थही हाच आहे. क्षमा साधना ही 'स्वीकार, क्षमा आणि विस्मरण' या तीन मंत्रांसह केली जाते. आधी जे काही घडलंय, ते स्वीकारलं जातं. मग त्या घटनेमुळे निर्माण झालेला क्लेश मिटवून पूर्णपणे सावधचित्ताने क्षमा मागितली अथवा केली जाते. मग त्या घटनेला आपल्या मनातून, भावनेतून दूर केलं जातं. म्हणजे, त्या घटनेवर आपल्याकडून पुन्हा चिंतन अथवा आंतरिक बडबड केली जात नाही. दुसऱ्याच क्षणी घडलेलं सारं काही विसरून आपण समोरच्या व्यक्तीशी असं वर्तन करता, जसं आधी तुमच्यात काही वितुष्ट नव्हतंच.

खरंतर क्षमेचा खजिना हे या पृथ्वीतलावरील मनुष्याला लाभलेलं असं वरदान आहे, जे प्राप्त केल्यानंतर त्याच्यातील सर्वोच्च शक्यतांचं दार उघडू शकतं. म्हणून आपणसुद्धा या महान संधीचा लाभ घेऊन क्षमारूपी औषधाने आपलं हे आयुष्य सुंदर, शक्तिशाली बनवायला हवं. कित्येक लोक क्षमेला आपली दुर्बलता समजतात; परंतु ही एक अशी शक्ती आहे, जिच्याद्वारे अगदी वाईट मनुष्यसुद्धा महान बनू शकतो. क्षमा ही एक अशी औषधी आहे, जिच्याद्वारे शारीरिक आणि मानसिक रोगही दूर होऊ शकतात. क्षमा हा एक असा सद्गुण आहे, ज्यामुळे प्रत्येक दुर्गुणापासून मुक्ती मिळू शकते. क्षमा ही एक अशी साधना आहे, जी केल्यानंतर याच जीवनात मोक्षाचं द्वार खुलं होऊ शकतं.

एका सेवकाकरिता क्षमेचं महत्त्व अनन्यसाधारण आहे. सेवाकार्यादरम्यान जेव्हा एखादं वितुष्ट येतं, अथवा एखादी गोष्ट मनाला खटकते, त्यावेळी त्यावर लगेच क्षमारूपी डस्टर फिरवून, आपलं मन स्वच्छ करून पुढे जाण्यातच खरा समंजसपणा आहे. अन्यथा मनाला खटकणाऱ्या गोष्टींतच मनुष्य गुंतून राहून ते सेवाकार्य खंडित होण्याचीच शक्यता अधिक असते. त्याचबरोबर सेवक जेव्हा त्याच्याकडून घडलेल्या अपराधांबद्दल मनापासून क्षमा मागतो, तेव्हा स्वतःमध्ये परिवर्तन घडवणंही त्याच्यासाठी सहज-सुलभ होऊन जातं. म्हणूनच, सेवाकार्यात क्षमेची असलेली महत्त्वाची भूमिका

नेहमी समजून घ्या आणि सेवाकार्याबरोबरच आयुष्यातील इतर घटनांमध्येही क्षमेचा प्रयोग करायला विसरू नका.

चला, आता आपण क्षमेचं माहात्म्य संत कबीरदासांच्या या रचनेतून जाणून घेऊया –

जहाँ दया तहं धर्म है, जहाँ लोभ तहं पाप,
जहाँ क्रोध तहं काल है, जहाँ क्षमा तहं आप।

म्हणजेच, ज्या हृदयांद्वारे क्षमासाधना होते, तिथे 'आप'लाच (ईश्वर, प्रभू, अल्लाह, वाहेगुरू यांचाच) निवास आहे.

---

*क्षमा याविषयी सविस्तर जाणून घेण्यासाठी सरश्रीरचित 'क्षमेची जादू' हे पुस्तक प्रत्येकाने वाचायलाच हवं.

भाग २३

संतपदाची उपाधी

भयाने जर भयभीत होत असाल तर
कुकर्मांला सर्वांत मोठं भय समजा...

'प्रत्येक मनुष्याचं आयुष्य ही एक अशी नोंदवही आहे, ज्यात त्याला एक चरित्रकथा लिहायची असते; मात्र तो लिहितो काही वेगळंच. जेव्हा त्याच्याद्वारे रचला गेलेला ग्रंथ आणि त्याचा संकल्प हा एकच असतो, तेव्हा तो सर्वाधिक विनयशील, विनम्र झालेला असतो.'

उपरोल्लेखित वचनानुसार मदर यांच्या संकल्पाची तुलना जर त्यांच्या जीवनाशी करायची झाली, तर एक गोष्ट प्रकर्षाने लक्षात येते, त्यांचा संकल्प आणि जीवनचरित्र, दोन्हीचीही कथा ही एकच होती. क्वचितच काही लोकांबाबत हे शक्य होतं. त्यांनी जो महान उद्दिष्ट गाठण्याचा संकल्प केलेला असतो, तो ते पूर्ण करतातच. मदर यादेखील अशाच काही निवडक लोकांपैकी एक होत्या; जे त्यांनी ठरवलं, ते करूनच दाखवलं.

एखादा मनुष्य जेव्हा बोलतो काही वेगळंच, विचार करतो निराळाच आणि वागतो भलतंच, तेव्हा त्याचं लक्ष्य पूर्णत्वास जाऊ शकत नाही. परंतु मदर यांच्या बाबतीत असं कधीही घडत नसे. त्यांचे

विचार आणि उच्चार यांच्यात कधीही तफावत आढळत नसे. त्यांचं आयुष्य हे अखंड होतं. आपले भाव, विचार, वाणी, लेखन आणि क्रिया यांच्याद्वारे त्यांनी विश्वभरात जे बीज पेरलं, ते म्हणजे- प्रेम, करुणा, दया, क्षमा आणि प्रार्थना. आयुष्यभर त्या इतरांसाठीच जगत राहिल्या, गरीब आणि पीडितांच्या आत्मसन्मानासाठी संघर्ष करत राहिल्या, जेणेकरून त्यांच्यात आत्मविश्वासही वाढतच राहिला. त्या कधीही डगमगल्या नाहीत, कोणालाही घाबरल्या नाहीत. नेहमी आपल्या मतावर ठाम राहिल्या. जे जसं आहे तसंच त्या सहजपणे बोलत राहिल्या, त्यांनी कधीही आपले शब्द फिरवले नाहीत, त्यामुळे त्यांच्या शब्दांमागे दडलेल्या भावनांचा लोकांनीदेखील सन्मानच केला.

पुरस्कारांनी सजलेल्या टेरेसा

एखादा मनुष्य जेव्हा निःस्वार्थ कार्याशी संलग्न होतो आणि त्यात स्वतःला झोकून देतो, तेव्हा त्याचा परिणाम संपूर्ण जगभरात होऊ लागतो. मदर यांच्या कार्याच्या बाबतीतही असंच काहीसं घडलं. जसजशी मिशनची नवनवी केंद्रं स्थापन होऊ लागली, तसतशी मदर यांच्या कार्याला जगभरातून ओळख प्राप्त झाली. त्यांना मदत करण्याच्या उद्देशाने कित्येक संस्था पुढे येऊ लागल्या. त्याचबरोबर कित्येक ठिकाणांहून त्यांना पुरस्कारही मिळू लागले. सुरुवातीला असे पुरस्कार स्वीकारण्यासाठी मदर यांच्याकडून नकार मिळत असे, कारण आपला जन्म हा दीनदुबळ्यांच्या, पीडितांच्या सेवेसाठीच झालेला आहे, अशी त्यांची भावना होती. त्यामुळेच मानवसेवेसाठी आपल्याला कोणत्याही पुरस्काराची गरज नाही, असं त्यांचं ठाम मत होत. त्यांच्या याच विचारांमुळे १९५०च्या दशकात भारत सरकारकडून त्यांना दिला जाणारा पद्मश्री पुरस्कार स्वीकारण्यासही त्यांनी नकार दिला.

अखेर १९६२मध्ये कोलकाता येथील आर्चबिशप यांच्या सांगण्यावरून त्यांनी 'पद्मश्री' पुरस्काराचा स्वीकार केला. त्यानंतर मात्र त्यांना 'रॅमन मॅगसेसे पुरस्कार, गुड समेरिटन अॅवॉर्ड, पोप जॉन पॉल-२३ शांतता पुरस्कार, जवाहरलाल नेहरू पुरस्कार, टेंपलटन पुरस्कार, अल्बर्ट स्वीट्झर आंतरराष्ट्रीय पुरस्कार, पेसम इन टीस पीस अँड फ्रीडम अॅवॉर्ड, प्रेसिडेंशिअल फ्रीडम अॅवॉर्ड, काँग्रेसेशनल गोल्ड मेडल' अशा वेगवेगळ्या पुरस्कारांनी सन्मानित करण्यात आलं. मदर यांनी या सर्व पुरस्कारांचा अत्यंत नम्रतेने स्वीकार केला आणि त्याद्वारे मिळालेली रक्कम मिशनचे कार्य उन्नत करण्यासाठी उपयोगात आणली.

मदर यांच्या कार्याचं सर्वाधिक कौतुक तेव्हाच झालं, जेव्हा त्यांना १९७९मध्ये

'नोबेल' पुरस्कार मिळाला. हा एक विश्वविख्यात असा पुरस्कार आहे. ज्याला तो मिळतो, त्याची जगभरात प्रसिद्धी होते, संपूर्ण जगभरातून त्या व्यक्तीवर कौतुकाचा वर्षाव होतो. अवघं विश्वच या सन्मानासमोर नतमस्तक होऊन जातं. इतर पुरस्कारांप्रमाणेच मदर यांनी याचाही अत्यंत नम्रतेने स्वीकार केला आणि मिळालेली धनसंपत्ती मिशनच्या नावे केली. त्याचबरोबर मिशनचं कार्य लवकरात लवकर अग्रेसर व्हावं म्हणून पुरस्कार सोहळ्यानिमित्त आयोजित केल्या जाणाऱ्या प्रीतिभोजनासाठी लागणारी रक्कमदेखील त्यांनी मिशनच्या नावे रोख देण्याची विनंती केली. यानंतर १९८०मध्ये त्यांना भारतातील सर्वोच्च सन्मान समजला जाणारा 'भारतरत्न' पुरस्कारदेखील मिळाला.

या संपूर्ण प्रवासात ज्या लोकांनी मदर यांच्या संकल्पपूर्तीसाठी विनाअट सहकार्य केलं, त्या सर्वांची मदर यांनी कृतज्ञता व्यक्त केली. यानंतरही त्यांच्या संपर्कात येणाऱ्या सर्वांनाच त्या आवाहन करत राहिल्या, की मिशनच्या या कार्यात ज्या लोकांना जितकं शक्य होईल, तितकं सहकार्य त्यांनी करत राहावं.

कोणतीही सेवा जेव्हा अनासक्त भावनेने केली जाते, तेव्हा तिच्या पूर्णतेच्या रूपाने आपोआपच कृतज्ञतेचे भाव उमलू लागतात. मदर या सेवा, करुणा, दयेच्या मूर्तिमंत देवता होत्या, त्यामुळे त्यांच्याद्वारे नेहमीच कृतज्ञतेचेच भाव व्यक्त होत असत. दान हे छोटं असो अथवा मोठं, ते देणाऱ्याविषयी नेहमी त्यांनी धन्यवादच दिले.

'धन्यवाद' या चार अक्षरांत दडलेलं असतं- देणाऱ्याचं प्रेम, भक्ती आणि विश्वास! आपल्याकडूनही जेव्हा एखादं सेवाकार्य घडतं, तेव्हा आपल्या मनात कोणत्या प्रकारच्या भावना निर्माण होतात, यावर अवश्य मनन करा. अशा वेळी 'मी ही सेवा करून जणू समोरच्यावर उपकारच करत आहे, माझ्याशिवाय हे कार्य घडणं तर अशक्यच होतं,' अशा भावना आपल्यात असतात का?

आपल्या हातात काही नाही, आपण तर केवळ निमित्तमात्र आहोत, जे काही कार्य घडतंय, ते तर आपल्याकडून करवून घेतलं जात आहे, या गोष्टीविषयी जसजशी दृढता वाढत जाईल, तसतसे आपल्यातील भाव बदलत जातील. मग आपल्याकडून घडणाऱ्या प्रत्येक कार्याविषयी केवळ धन्यवादच उमटू लागेल. अशोळी श्रेय घेणं बंद होईल आणि ही तर आपल्याला मिळालेली सेवेची संधी आहे, या भावनेसह प्रत्येक कार्य संपन्न होऊ लागेल.

'प्रामाणिकपणे कार्य करत राहा आणि धन्यवाद देत राहा' हीच समज मदर यांच्याकडून घडत असलेल्या सेवाकार्याशीही निगडित होती. म्हणजेच एखाद्याची सेवा

करायची आणि त्यालाच धन्यवाद द्यायचे, की 'तुझ्यामुळे मला सेवा करण्याची ही संधी मिळाली... सेवेसाठी माझी निवड करण्यात आली... त्याबद्दल तुझे अत्यंत आभार.'

मदर यांच्या आयुष्याचं अंतिम पर्व

कालचक्रानुसार १९८०च्या दशकात मदर यांच्या प्रकृतीत चढ-उतार होऊ लागले. त्यामुळे त्या कित्येकदा सुपीरियर जनरल या मिशनच्या प्रमुखपदाच्या जबाबदारीतून मुक्त होण्याची इच्छा व्यक्त करू लागल्या. परंतु सर्वांच्याच भावनांचा आदर राखून १९९६पर्यंत त्या सातत्याने त्या पदावर कार्यरत राहिल्या. शेवटी १९९७च्या सुरुवातीला या जबाबदारीतून त्यांना मुक्त केलं आणि मिशनकरिता नवा उत्तराधिकारी निवडण्यात आला. त्यानुसार मदर यांच्या जुन्या सहकारी सिस्टर निर्मला यांची सुपीरियर जनरल या पदावर नियुक्ती करण्यात आली. या निवडीमुळे मदर यांना खूप आनंद झाला आणि त्यांनी आनंदाने मिशनची सूत्रं नव्या उत्तराधिकाऱ्याच्या हाती सोपवली.

शरीरप्रकृती सातत्याने ढासळत असली तरीही मदर आपल्या आयुष्याच्या अंतिम क्षणापर्यंत कार्यरत राहिल्या. शेवटी ५ डिसेंबर १९९७च्या रात्री त्यांनी आपले डोळे कायमचे मिटले आणि या जगाचा निरोप घेतला. मिशनशी निगडित असलेल्या प्रत्येकासाठी खरंतर हा मोठा मानसिक आघात होता. त्यावेळी मिशनच्या नवनियुक्त सुपीरियर जनरल सिस्टर निर्मला यांनी इतर सिस्टर्सच्या सहयोगाने मदर यांच्यावरील अंत्यसंस्कार मदर हाउसमध्येच करण्याचा निर्णय घेतला. म्हणून तिथेच संपूर्ण शासकीय इतमामात त्यांच्यावरील अंत्यसंस्कार पार पाडण्यात आले.

मदर टेरेसा यांच्या देहान्ताबरोबरच एका इतिहासाचाही अंत झाला. समाजातील प्रत्येक दीनदुबळ्या, दुःखी-पीडितावर आपल्या स्नेहाचा वर्षाव करणाऱ्या, गरिबांसाठी देवदूत, निराधारांचा आधार, रुग्णांसाठी संजीवनी; तसंच अनेक उदास चेहऱ्यांवर मधुर हास्याची कारंजी फुलवणारी ही कारुण्याची देवता आज या जगात हयात नाही; परंतु तरीही त्यांच्याविषयीचं प्रेम अद्याप कोट्यवधी लोकांच्या हृदयात सामावलेलं आहे.

चमत्कारी टेरेसा

मदर टेरेसा यांचा मृत्यू होण्यापूर्वी काही वर्षं जेव्हा त्या अमेरिकेच्या दौऱ्यावर होत्या, तेव्हा तेथील एका कार्यक्रमात उपस्थित असलेल्या एका सज्जन गृहस्थाने म्हटलं, की मदर या तर संतांहून श्रेष्ठ असं कार्य करत आहेत, त्यामुळे त्यांनाही 'संत' ही उपाधी मिळायला हवी. यावर मदर हसत हसत म्हणाल्या, ''मी तर अजून जिवंत आहे. जेव्हा मी या जगाचा निरोप घेईन, तेव्हा या विषयावर विचार करा.'' पण त्यांना

संतपद बहाल करणं हा खरोखर एक स्तुत्य असा विचार होता. ही मागणी झाल्यानंतर विश्वभरात कार्यरत असलेले मिशनरीज ऑफ चॅरिटीचे सदस्य, गिरजाघरांतील पादरी; तसंच त्यांच्या छत्रछायेखाली राहणाऱ्या कोट्यवधी श्रद्धाळू भक्तगणांकडून त्यांना संत घोषित करण्याचा आग्रह करण्यात येऊ लागला.

ख्रिस्ती धर्मात संतांद्वारे उपासनेची परंपरा अगदी प्राचीनकाळापासूनच चालत आली आहे. त्याअंतर्गतच दहाव्या शतकात रोम येथील कॅथोलिक चर्चने घोषणा केली होती, की त्यांच्या सहमतीशिवाय कोणालाही संत ही उपाधी बहाल करता येणार नाही. संपूर्ण विश्वभरातील ख्रिस्ती धर्माचं पालन करणारे बिशप आणि पोप या सर्वांचाच या प्रक्रियेत समावेश होतो. त्यामुळे ज्या व्यक्तीच्या नावाचा संतांच्या नामावलीत समावेश केला जातो, तिला सर्वच प्रार्थनांमध्ये समाविष्ट करून घेतलं जातं.

ज्या व्यक्तीला संत ही उपाधी बहाल करण्यात येते, तिने किमान दोन तरी चमत्कार आपल्या हयातीत केलेले असतील, शिवाय ते रोम येथील कॅथोलिक चर्चकडून प्रमाणित करण्यात येतात. त्याचे पुरावे मिळाल्यानंतरच त्या व्यक्तीला संतपदाच्या पात्रतेची समजली जाते. त्यानंतरच त्या महात्म्यास सन्मानित केल्याची घोषणा केली जाते. या समारंभाचं आयोजन व्हॅटिकन शहरात केलं जातं. हा समारंभ खूपच मोठ्या प्रमाणात धार्मिक उत्सवासारखा साजरा केला जातो. यात लाखोंच्या संख्येने लोक सहभागी होतात. त्यानंतरच अखेर त्या व्यक्तीला संत पदाची उपाधी बहाल करण्यात येते. गोर-गरिबांसाठी आपलं सर्वस्व वाहून घेणाऱ्या मदर यांनाही असंच जागतिक स्तरावरून सन्मानित केलं जाऊन, त्यांना संत या उपाधीने विभूषित केलं जावं, ही तर प्रत्येकाचीच इच्छा होती.

मदर यांना संतपद बहाल करण्यासाठी आवश्यक असलेल्या दोन चमत्कारांपैकी पहिला चमत्कार होता- मोनिका बेसरा नावाच्या महिलेचा अल्सर बरा होणं. ही महिला १९९८मध्ये मिशनच्या रुग्णालयात आपल्यावरील उपचारांसाठी दाखल झाली होती. परंतु दीर्घकाळ उपचार केल्यानंतरही तिचा आजार काही केल्या बरा होत नव्हता. पण मदर यांच्या मृत्यूनंतर एका वर्षाने जेव्हा त्यांना श्रद्धांजली वाहण्यासाठी सामूहिक प्रार्थनेचं आयोजन केलं गेलं, त्यावेळी मोनिका यांच्या पोटावर मदर यांना मिळालेलं एक स्मृतिचिन्ह ठेवण्यात आलं आणि नवल म्हणजे, ही प्रार्थना संपेपर्यंत त्यांचा अल्सर पूर्णपणे बरा झालेला होता. या घटनेस पोप यांच्याकडूनही मान्यता मिळाली, चमत्कार म्हणून स्वीकारण्यात आलं.

अशीच एक घटना २००८मध्ये ब्राझील या देशात घडली. तेथील एका स्थानिकाने

मदर यांच्या प्रार्थनेमुळे आपण व्याधिमुक्त झाल्याचा दावा केला. मेंदूविकारामुळे त्याचं ऑपरेशन होणार होतं; परंतु त्याआधीच तो कोमात गेला. त्याच्या जगण्याची कोणतीही आशा राहिली नाही, तेव्हा त्याच्या पत्नीने मदर यांचं नाव घेऊन प्रार्थना म्हणण्यास प्रारंभ केला आणि काय आश्चर्य, काही दिवसांतच तो मनुष्य अगदी पूर्णपणे बरा झाला. पोप यांनी या घटनेलादेखील चमत्काराचाच दर्जा दिला. शेवटी सन २०१६मध्ये व्हॅटिकन सिटी येथे पोप फ्रान्सिस यांच्याद्वारे मदर यांना 'संत' ही उपाधी बहाल करण्यात आली.

इथे या पुस्तकाचा शेवट होतो; परंतु आपल्यासाठी मात्र ही एक नवी सुरुवातच आहे, खऱ्या अर्थाने एका नव्या दिशेने अग्रेसर होण्याची! मदर यांच्या संपूर्ण जीवन-चरित्रावरून आपल्याला हाच बोध मिळतो, की आपल्यातील वैचारिक संकीर्णता दूर करायला हवी. अल्पसंतुष्ट वृत्ती न बाळगता आपल्या कार्याचा जास्तीत जास्त विस्तार करायला हवा. आपण जेव्हा म्हणतो, की हे कुटुंब माझं आहे, तेव्हा आपण एकाअर्थी हेच सांगत असतो, की इतर कुटुंबं ही आपली नाहीत. खरंतर हे विश्वचि माझे घर या उक्तीनुसार वसुधैव कुटुंबकम् या संकल्पनेप्रमाणे अवघं जगच आपलं कुटुंब बनू शकतं. याचे प्रत्यक्ष पुरावे मदर यांनी आपल्यासमोर सादर केले आहेत. म्हणून आपण आपल्या विचारांतील संकुचितपणा सोडून, असीम बना, अथांग, अमर्याद विचारक बना.

आपण जेव्हा केवळ स्वतःपुरतंच पाहत नाही, तर इतरांच्याही गरजांची जाणीव ठेवतो, तेव्हाच खऱ्या अर्थाने आपल्याकडून सेवा घडू लागते. जेव्हा आपलं जीवन हे अव्यक्तिगत, निःस्वार्थ होतं, तेव्हाच आपण सर्वांचे हितैषी बनतो आणि सेवेचा खरा आनंद उपभोगू लागतो.

चला तर मग, मदर यांच्या प्रसन्न मुद्रेवरील मधुर स्मिताचं स्मरण करून, त्यांच्या जीवनचरित्रातून प्रेरणा घेऊ या आणि त्यांच्या लोकोत्तर कार्यास शतशः प्रणाम करताना ही गोष्ट सदैव स्मरणात ठेवूया-

'सुंदर लोक नेहमी चांगले असू शकत नाहीत;
परंतु चांगले लोक मात्र नेहमीच सुंदर असतात.'

♦ ♦ ♦

हे पुस्तक वाचल्यानंतर आपला अभिप्राय कृपया या पत्त्यावर अवश्य पाठवा.
Tej Gyan Global Foundation,
Pimpri Colony Post Office, P.O.Box 25, Pune-411017. Maharashtra (India).

भाग २४
मदर टेरेसा यांचे प्रेरणादायी विचार

दीन-दुबळ्यांच्या सेवेपेक्षा सुंदर असं काहीही नाही.

स्वयंप्रेरित होऊन कार्य करणं,
हा बुद्धिमान मनुष्यातील प्रबळ असा गुण असतो.

अज्ञानामुळे मनुष्याकडून चुकीचं कार्य घडतं.
म्हणून कोणतंही काम हे पूर्ण विचारांती करायला हवं.

जो मनुष्य साहस करून एक शाळा सुरू करतो,
तो एक बंदिशाळा बंद करत असतो.

अनुपस्थित असलेल्या व्यक्तीची निंदा करण्यास कधीही उत्सुक असू नये, कारण जी नाहीच, तिच्याविषयी बोलण्याचा काय लाभ?

शतायुषी होण्यासाठी त्या सर्व सुखांचा त्याग करावा लागतो, ज्या सुखासाठी आपण शंभर वर्षं जगू इच्छितो. वाटल्यास केवळ दहाच वर्षं जगा; पण जनकल्याणासाठी जगा. जेणेकरून तुम्ही इहलोकीचा निरोप घेतला तरी लोक युगानुयुगे तुमची आठवण काढतील.

तुम्ही या जगात जन्म घेतला आहे तो केवळ उदरभरणासाठी नव्हे; तर सर्वोत्कृष्ट, अविस्मरणीय असं कार्य करण्यासाठी! त्यामुळे हितकारी बना. यातच तुमचं स्वतःचं आणि जगाचंही कल्याण सामावलेलं आहे.

अपयश हे नैराश्याचं सूत्र कधीही असू शकत नाही, उलट ते तर प्रेरणेचा स्रोत आहे.

महान उद्दिष्टाने प्रेरित व्यक्तीला कधीही त्याचं भाग्य रोखू शकत नाही. म्हणून सातत्याने आपल्या कार्यातच मग्न असायला हवं.

एक अल्प परिचय
सरश्री

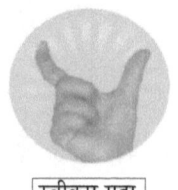
स्वीकार मुद्रा

सरश्रींचा आध्यात्मिक शोधाचा प्रवास त्यांच्या बालपणापासूनच सुरू झाला होता. हा शोध सुरू असतानाच त्यांनी अनेक प्रकारच्या पुस्तकांचं अध्ययन केलं. त्याचबरोबर या शोधकाळात त्यांनी अनेक ध्यानपद्धतींचा अभ्यासही केला. त्यांच्यातील या जिज्ञासेने त्यांना अनेक वैचारिक आणि शैक्षणिक संस्थांमध्ये जाण्यासाठी प्रेरित केलं. जीवनाचं रहस्य समजण्यासाठी त्यांनी **प्रदीर्घ काळ मनन करून आपलं शोधकार्य सातत्याने सुरू ठेवलं. या शोधातूनच त्यांना 'आत्मबोध' प्राप्त झाला.** आत्मसाक्षात्कारानंतर त्यांना जाणवलं, की अध्यात्माचा प्रत्येक मार्ग ज्या शृंखलेने जोडलेला आहे, तो म्हणजे **'समज'** (Understanding). आत्मबोधप्राप्तीनंतर त्यांनी अध्यापनाचं कार्य थांबवलं आणि जवळ जवळ दोन दशकांहूनही अधिक काळ आपलं समस्त जीवन मानवजातीच्या कल्याणासाठी आणि आध्यात्मिक विकासासाठी अर्पण केलं.

सरश्री म्हणतात, ''सत्यप्राप्तीच्या सर्व मार्गांचा प्रारंभ जरी वेगवेगळ्या मार्गांनी होत असला, तरी सर्वांचा अंत मात्र एकच समज प्राप्त केल्याने होतो. ही **'समज'च सर्व काही असून ती स्वतःमध्ये परिपूर्ण आहे.** आध्यात्मिक ज्ञानप्राप्तीसाठी या 'समजे'चं श्रवणच पुरेसं आहे.'' ही समज प्रकाशमान करण्यासाठी आजपर्यंत त्यांनी **आध्यात्मिक विषयांवर तीन हजारांहून अधिक प्रवचनं दिली आहेत.** या प्रवचनांद्वारे ते अध्यात्मातील अतिशय गहन संकल्पना सहज, सुलभ आणि व्यावहारिक भाषेत समजावून सांगतात. समाजातील प्रत्येक स्तरावरील मनुष्य सरश्रींद्वारे सांगितल्या जाणाऱ्या या समजेचा लाभ घेऊ शकतो.

ही समज प्रत्येकाला आपल्या अनुभवातून प्राप्त व्हावी, यासाठी सरश्रींनी **'महाआसमानी परमज्ञान शिबिर'** आणि त्यासाठी आवश्यक असणारी कार्यप्रणाली (सिस्टिम) तयार केली. **तिचा लाभ आज लाखो लोक घेत आहेत.** या प्रणालीला आय.एस.ओ. (ISO 9001:2015) प्रमाणपत्रही लाभलंय. या प्रणालीमुळेच

अनेकांना सत्यमार्गावर वाटचाल करण्याची प्रेरणा मिळाली आहे. या समजेचा प्रचार आणि प्रसार करण्यासाठी त्यांनी 'तेजज्ञान फाउंडेशन' या आध्यात्मिक संस्थेचा पाया रचला. **'हॅपी थॉट्सद्वारे उच्चतम विकसित समाजाची निर्मिती करणे,'** हेच या संस्थेचं मुख्य उद्दिष्ट आहे.

विश्वातील प्रत्येक मनुष्य आज सरश्रींच्या मार्गदर्शनाचा लाभ घेऊ शकतो. त्यासाठी कोणत्याही धर्म, जात, उपजात, वर्ण, पंथ वा लिंग यांचं बंधन नसतं. विश्वाच्या प्रत्येक कानाकोपऱ्यांतील लोक आज 'तेजज्ञान'च्या अनोख्या ज्ञानप्रणालीचा (System for Wisdom) लाभ घेत आहेत. याच व्यवस्थेचा आणखी एक महत्त्वपूर्ण भाग म्हणजे, **दररोज सकाळी आणि रात्री ९ वाजून ९ मिनिटांनी लाखो लोक विश्वशांतीसाठी प्रार्थना करत आहेत.**

बेस्ट सेलर पुस्तक 'विचार नियम' शृंखलेचे रचनाकार म्हणूनही सरश्रींना ओळखलं जातं. **केवळ पाच वर्षांच्या कालावधीत या पुस्तकाच्या १ कोटीपेक्षा अधिक प्रती वितरित** झाल्या आहेत. याशिवाय आजवर त्यांनी विविध विषयांवर **१०० हून अधिक पुस्तकं लिहिली** आहेत. त्यांपैकी 'विचार नियम', 'स्वसंवाद एक जादू', 'शोध स्वतःचा', 'स्वीकाराची जादू', 'निःशब्द संवाद एक जादू', 'संपूर्ण ध्यान' इत्यादी पुस्तकं बेस्ट सेलर झाली आहेत. ही पुस्तकं दहापेक्षा अधिक भाषांमध्ये अनुवादित असून, पेंगुइन बुक्स, हे हाउस पब्लिशर्स, जैको बुक्स, मंजुळ पब्लिशिंग हाउस, प्रभात प्रकाशन, राजपाल ॲण्ड सन्स, पेंटागॉन प्रेस आणि सकाळ प्रकाशन इत्यादी प्रमुख प्रकाशन संस्थांद्वारे ती प्रकाशित झाली आहेत.

तेजज्ञान फाउंडेशन परिचय

तेजज्ञान फाउंडेशन आत्मविकासातून आत्मसाक्षात्कार प्राप्त करण्याचा एक मार्ग आहे. यासाठी सरश्रींद्वारा एक अनोखी बोधप्रणाली (System for Wisdom) निर्माण झाली आहे. या प्रणालीला आंतरराष्ट्रीय प्रमाणपत्राद्वारे ISO 9001:2015च्या आवश्यकतेनुसार आणि निकष पडताळून सरळ, व्यावहारिक आणि प्रभावी बनवलं गेलं आहे.

या संस्थेच्या प्रबोधनपद्धतीच्या भिन्न पैलूंना (शिक्षण, निरीक्षण आणि गुणवत्ता) स्वतंत्र गुणवत्ता परीक्षकांद्वारे (Quality Auditors) क्रमबद्ध पद्धतीने पडताळलं गेलं. त्यानंतर या पैलूंना ISO 9001:2015 साठी पात्र समजून या बोधपद्धतीला हे प्रमाणपत्र प्रदान करण्यात आलं.

या फाउंडेशनचे लक्ष्य आहे नकारात्मक विचारांकडून सकारात्मक विचारांकडे वाटचाल. सकारात्मक विचारांकडून शुभ विचारांकडे म्हणजे हॅपी थॉट्सकडे प्रगती. शुभ विचारांकडून निर्विचार अवस्थेकडे मार्गक्रमण आणि निर्विचार अवस्थेच्या अंती आत्मसाक्षात्कार प्राप्ती. 'मी सर्व विचारांपासून मुक्त व्हावे' हा विचार म्हणजे शुभु विचार (हॅपी थॉट्स). 'मी प्रत्येक इच्छेपासून मुक्त व्हावे', अशी इच्छा म्हणजे शुभ इच्छा.

तेजज्ञान म्हणजे ज्ञान व अज्ञान या दोहोंच्या पलीकडचे ज्ञान. पुष्कळ लोक सामान्य ज्ञानाच्या (General Knowledge) माहितीलाच ज्ञान मानतात. परंतु अस्सल ज्ञान आणि नुसती माहिती यांत फार मोठे अंतर आहे. आजमितीला लोक सामान्य ज्ञानाच्या उत्तरांनाच जास्त महत्त्व देतात. अशा ज्ञानाचे विषय म्हणजे कर्म आणि भाग्य, योग आणि प्राणायाम, स्वर्ग आणि नरक इत्यादी. आजच्या युगात सामान्यज्ञान प्राप्त करणारे लोक, शिक्षक मोठ्या प्रमाणावर आहेत; परंतु हे ज्ञान ऐकून जीवनात परिवर्तन घडून येत नाही. असे ज्ञान म्हणजे केवळ बुद्धिविलास आहे किंवा अध्यात्माच्या नावावर चाललेला बुद्धीचा व्यायाम आहे.

सर्व समस्यांवरील उपाय आहे तेजज्ञान. क्रोध, चिंता आणि भय यांपासून मुक्त जीवन म्हणजे तेजज्ञान. शारीरिक, मानसिक, सामाजिक, आर्थिक आणि आध्यात्मिक प्रगतीचा, सर्वांगीण प्रगतीचा मार्ग आहे तेजज्ञान. तेजज्ञान आपल्या अंतरंगात आहे. येथे या आणि या गोष्टीचा अनुभव घ्या.

आपल्याला असे ज्ञान हवे आहे, की जे सामान्य ज्ञानापलीकडे आहे, जे प्रत्येक समस्येवरील उत्तर आहे, जे प्रत्येक समजुतीपासून, गृहीत धारणांपासून आपल्याला मुक्त करते, ईश्वरी साक्षात्कार घडविते, अंतिम सत्यात स्थापित करते. आता वेळ आली आहे शाब्दिक, सामान्यज्ञानातून बाहेर येऊन तेजज्ञानाचा अनुभव घेण्याची!

आजवर जप-तप, तंत्र-मंत्र, कर्म-भाग्य, ध्यान-ज्ञान, योग-भक्ती असे अनेक मार्ग अध्यात्मात सांगितले आहेत. या सर्व मार्गांनी प्राप्त होणारी अंतिम समज, अंतिम ज्ञान, बोध एकच आहे. अंतिम सत्याच्या शोधकाला, साधकाला शेवटी जी एकच 'समज' प्राप्त होते, ती 'समज' श्रवणानेसुद्धा प्राप्त होऊ शकते. अशा समजप्राप्तीसाठी श्रवण करणे यालाच तेजज्ञान प्राप्त करणे म्हटले गेले आहे. तेजज्ञानाच्या श्रवणाने सत्याचा साक्षात्कार घडतो, ईश्वरीय अनुभव मिळतो. हेच तेजज्ञान सरश्री महाआसमानी शिबिरात प्रदान करतात.

महाआसमानी परमज्ञान
शिबिर परिचय आणि लाभ (निवासी)

तुम्हाला सर्वोच्च आनंद हवाय? असा आनंद, जो कोणत्याही बाह्य कारणावर अवलंबून नाही... जो प्रत्येक क्षणी वृद्धिंगत होतो. या जीवनात तुम्हाला प्रेम, विश्वास, शांती, समृद्धी आणि परमसंतुष्टी हवी आहे का? शारीरिक, मानसिक, सामाजिक, आर्थिक आणि आध्यात्मिक अशा आयुष्याच्या सर्व स्तरांवर यशस्वी होण्याची तुमची इच्छा आहे का? 'मी कोण आहे' हे तुम्हाला अनुभवाने जाणावंसं वाटतं का?

तुमच्या अंतर्यामी अशा सर्व प्रश्नांची उत्तरं जाणण्याची इच्छा आणि 'अंतिम सत्य' प्राप्त करण्याची तृष्णा असेल, तर तेजज्ञान फाउंडेशनतर्फे आयोजित 'महाआसमानी शिबिरा'त तुमचं स्वागत आहे. हे शिबिर सरश्रींच्या मार्गदर्शनावर आधारित आहे. सरश्री, आजच्या युगातील आध्यात्मिक गुरू असून, ते आजच्या लोकभाषेत अत्यंत सहजपणे आध्यात्मिक समज प्रदान करतात.

महाआसमानी परमज्ञान शिबिराचा उद्देश :

विश्वातील प्रत्येक मनुष्यानं 'मी कोण आहे', या प्रश्नाचं उत्तर जाणून तो सर्वोच्च आनंदाच्या अवस्थेत स्थापित व्हावा, हाच या शिबिराचा मुख्य उद्देश आहे. प्रत्येकाला असं ज्ञान प्राप्त व्हावं, जेणेकरून त्यानं प्रत्येक क्षणी वर्तमानात जगण्याची कला आत्मसात

करावी. तो भूतकाळाचं ओझं आणि भविष्याची चिंता यांतून मुक्त व्हावा. प्रत्येकाच्या आयुष्यात कधीही न संपणारा आनंद आणि योग्य समज यावी. शिवाय, प्रत्येकानं समस्या विलीन करण्याची कला आत्मसात करावी. थोडक्यात, मनुष्यजन्माचा उद्देश सफल व्हावा, हाच या शिबिराचा उद्देश आहे.

'मी कोण आहे? मी येथे का आहे? मोक्ष म्हणजे काय? या जन्मातच मोक्षप्राप्ती शक्य आहे का?' असे प्रश्न जर तुमच्या मनात असतील, तर त्यांवरील उत्तर आहे- 'महाआसमानी परमज्ञान शिबिर'.

महाआसमानी परमज्ञान शिबिराचे मुख्य लाभ :

वास्तविक या शिबिराचे लाभ तर असंख्य आहेत; पण त्यांपैकी मुख्य लाभ पुढीलप्रमाणे-

* जीवनात शक्तिशाली ध्येय निश्चित होतं
* 'मी कोण आहे' हे अनुभवाने जाणता येतं (सेल्फ रियलायजेशन)
* मनाचे सर्व विकार विलीन होतात.
* भय, चिंता, क्रोध, बोरडम, मोह, तणाव या नकारात्मक बाबींतून मुक्ती
* प्रेम, आनंद, मौन, समृद्धी, संतुष्टी, विश्वास अशा दिव्य गुणांशी युक्ती
* साधं, सरळ पण शक्तिशाली जीवन जगता येतं
* प्रत्येक समस्येचं निराकरण करण्याची कला प्राप्त होते
* 'प्रत्येक क्षणी वर्तमानात जगणं' हा तुमचा स्वभाव बनतो
* आपल्यातील सर्व सकारात्मक शक्यता खुलतात
* याच जीवनात मोक्षप्राप्ती होते

महाआसमानी परमज्ञान शिबिरात सहभागी कसं व्हाल?

या शिबिरात सहभागी होण्यासाठी तुम्हाला खालील बाबींची पूर्तता करायची आहे-

१. तुमचं वय कमीत कमी अठरा किंवा त्यापेक्षा अधिक असायला हवं.

२. सर्वप्रथम तुम्हाला 'सत्य-स्थापना' (फाउंडेशन ट्रुथ रिट्रीट) शिबिरात सहभागी व्हावं लागेल. या शिबिरात, तुम्ही प्रामुख्यानं दोन बाबी शिकाल- प्रत्येक क्षणी वर्तमानात जगण्याची कला कशी आत्मसात करावी आणि निर्विचार अवस्था कशी प्राप्त करावी.

३. प्राथमिक स्तरावर तुम्हाला काही प्रवचनं ऐकायची असून, त्यांतून तुम्ही मूलभूत

समज आत्मसात कराल आणि महाआसमानी शिबिरात प्रवेश करण्यासाठी तयार व्हाल.

हे शिबिर साधारणपणे एक-दोन महिन्यांच्या अंतराने आयोजित करण्यात येतं. यात हजारो सत्यशोधक सहभागी होतात. या शिबिराची तयारी दोन पद्धतींनी करू शकता. पहिली पद्धत- मनन आश्रम, पुणे येथे ५ दिवसीय शिबिरात भाग घेऊ शकता. दुसरी पद्धत- तेजज्ञान फाउंडेशनच्या जवळच्या सेंटरवर जाऊन सत्यश्रवणाद्वारेही करू शकता. महाराष्ट्रात अहमदनगर, सातारा, औरंगाबाद, नाशिक, नागपूर, वर्धा, अमरावती, चंद्रपूर, यवतमाळ, कोल्हापूर, सांगली, रत्नागिरी, लातूर, बीड, नांदेड, परभणी, पनवेल, मुंबई, ठाणे, सोलापूर, पंढरपूर, जळगाव, अकोला, बुलढाणा, धुळे, भुसावळ आणि महाराष्ट्राबाहेर सुरत, अहमदाबाद, बडोदा, नवी दिल्ली, बेंगलुरू, बेळगाव, धारवाड, रायपूर, भुवनेश्वर, कोलकाता, रांची, लखनौ, कानपूर, चंदीगढ, जयपूर, चेन्नई, पणजी, म्हापसा, भोपाळ, इंदोर, इटारसी, हर्दा, विदिशा, बुऱ्हाणपूर या ठिकाणी महाआसमानी शिबिराची पूर्वतयारी करू शकता.

तेजज्ञान फाउंडेशनमध्ये उपलब्ध असणाऱ्या सरश्रीलिखित पुस्तकांचं वाचन करून तुम्ही या शिबिराची पूर्वतयारी करू शकता. याशिवाय, तुम्ही रेडिओ किंवा यू ट्युबवरील सरश्रींच्या प्रवचनांचा लाभही घेऊ शकता. पण लक्षात घ्या, पुस्तकांतील ज्ञान, रेडिओ आणि यू ट्युबवरील प्रवचनं म्हणजे ‘तेजज्ञानाची तोंडओळख’ आहे; ‘संपूर्ण तेजज्ञान’ मुळीच नाही. तुम्ही महाआसमानी शिबिरात सहभागी होऊनच तेजज्ञानाचा आनंद घेऊ शकता. तेव्हा आगामी महाआसमानी शिबिरात सहभागी होण्यासाठी आजच संपर्क करा- 09921008060/75, 9011013208

महाआसमानी परमज्ञान शिबिरस्थान :

हे शिबिर पुण्यातील मनन आश्रम येथे आयोजित केलं जातं. येथे तुमच्या निवासाची आणि भोजनाची व्यवस्था केली जाते. तुम्हाला काही शारीरिक व्याधी असतील आणि त्यासाठी जर तुम्ही नियमितपणे औषधं घेत असाल, तर शिबिरात येताना ती सोबत बाळगावीत. शिवाय, वातावरणानुसार गरम कपडे, स्वेटर, ब्लँकेटही आणावं.

पुणे शहरापासून १७ किलोमीटर अंतरावर अत्यंत निसर्गरम्य परिसरात मनन आश्रम वसलेला आहे. आश्रमात महिला आणि पुरुष यांच्या निवासाची स्वतंत्र व्यवस्था असून येथे जवळपास ८०० लोकांच्या राहण्याची व्यवस्था आहे. आपण हवाईमार्ग, हायवे किंवा रेल्वे अशा कोणत्याही मार्गाने पुण्यात येऊ शकता.

मनन आश्रम : मनन आश्रम, पुणे, सर्व्हे नं. ४३, सणस नगर, नांदोशी गाव, किरकटवाडी फाटा, तालुका- हवेली, जिल्हा- पुणे- ४११०२४. फोन- 09921008060

❋ तेजज्ञान इंटरनेट रेडिओ ❋

तेजज्ञान इंटरनेट रेडिओद्वारे २४ तास ३६५ दिवस, सरश्रींच्या प्रवचन आणि भजनांचा लाभ घ्या. त्यासाठी पाहा लिंक -
http://www.tejgyan.org/internetradio.aspx

विविध भारती F.M. वर दर रविवारी
सकाळी १०:०५ ते १०:१५ वा.

नोट : या कार्यक्रमांच्या वेळेत बदल झाल्यास नोंद ठेवावी.

www.youtube.com/tejgyan च्या साहाय्यानेदेखील सरश्रींच्या प्रवचनांचा लाभ घेऊ शकता.
For online shoping visit us - www.tejgyan.org, www.gethappythoughts.org

e-books
The Source • Complete Meditation • Ultimate Purpose of Success • Enlightenment l Inner Magic • Celebrating Relationships • Essence of Devotion • Master of Siddhartha • Self Encounter and many more.
Also available in Hindi at gethappythoughts.org

आपणास हवी असलेली पुस्तकं घरपोच मिळण्यासाठी मनीऑर्डर पाठवा. ही पुस्तकं आमच्या खर्चाने रजिस्टर्ड पोस्ट, कुरिअर आणि व्ही.पी.पी.द्वारे पाठवली जातील. त्यासाठी खालील पत्त्यावर संपर्क साधावा.
वॉव पब्लिशिंग्ज् प्रा. लि.
*रजिस्टर्ड ऑफिस : E-4, वैभव नगर, तपोवनमंदिराजवळ, पिंपरी, पुणे -४११०१७
* पोस्ट बॉक्स नं. ३६, पिंपरी कॉलनी, पोस्ट ऑफिस, पिंपरी-पुणे - ४११०१७
फोन नं. : 09011013210 / 9623457873
आपण पुस्तकांची ऑर्डर ऑनलाईनही देऊ शकता.
लॉग इन करा - www.gethappythoughts.org
५०० रुपयांहून अधिक किमतीची पुस्तकं मागवल्यास १०% सूट मिळेल आणि डिलिव्हरी फ्री.

e-magazines
'Yogya Aarogya' & 'Drushtilakshya'
emagazines available on www.magzter.com

e-mail
mail@tejgyan.com

Website
www.tejgyan.org, www.gethappythoughts.org

- विश्वशांती प्रार्थना -

पृथ्वीवर शुभ्र प्रकाश (दिव्यशक्ती) येत आहे,
पृथ्वीतून सोनेरी प्रकाशाचा (चेतनेचा) उदय होत आहे.
विश्वातील सगळी नकारात्मकता दूर होत आहे.
सर्वजण प्रेम, आनंद आणि शांतीसाठी ग्रहणशील होत आहेत.
विश्वातील सर्व लीडर्स 'आउट ऑफ बॉक्स' विचार करत आहेत...
विश्वातील सर्व लीडर्स शांतिदूत बनत आहेत...
ईश्वराची इच्छा हीच विश्वातील सर्व लीडर्सची इच्छा बनत आहे! धन्यवाद

ही 'सामूदायिक अव्यक्तिगत प्रार्थना' तेजज्ञान फाउंडेशनचे सर्व सदस्य कित्येक वर्षांपासून सातत्याने करत आहेत. आनंदी लोकदेखील ही प्रार्थना करू शकतात. तसेच आजारी किंवा कोणत्याही समस्येमुळे त्रस्त असणारे लोकही ही प्रार्थना ग्रहण करून स्वास्थ्यलाभ घेऊ शकतात.

तुम्ही एखाद्या आजाराने वा समस्येने त्रस्त असाल, तर सकाळी अथवा रात्री ९ वाजून ९ मिनिटांनी ग्रहणशील होऊन शांत बसा. 'स्वास्थ्य आणि शांती यांचा शुभ्र प्रकाश प्रार्थना करणाऱ्या कित्येक लोकांद्वारे पृथ्वीवर येत आहे. त्याचप्रमाणे तो माझ्यावरही कार्य करत आहे. जेणेकरून मी स्वस्थ आणि शांत होत आहे.' असं मनात म्हणा. त्यानंतर काही वेळ याच भावावस्थेत राहून सर्वांना धन्यवाद द्या आणि मगच उठा.

तेजज्ञान फाउंडेशनच्या मुख्य शाखा

पुणे : (रजिस्टर्ड ऑफिस)
विक्रांत कॉम्प्लेक्स, तपोवन मंदिराजवळ, पिंपरी,
पुणे : ४११ ०१७.
फोन : (०२०) २७४१२५७६, २७४११२४०

मनन आश्रम :
सर्व्हे नं. ४३, सणस नगर, नांदोशी गांव,
किरकटवाडी फाटा, तालुका : हवेली,
जि. पुणे: ४११ ०२४. फोन : ०९९२१००८०६०

आपण कोण आहोत, हे जाणण्यासाठी आणि आपल्याला आपल्या वास्तविक स्वरूपावर म्हणजेच प्रेम, आनंद, मौन यांमध्ये स्थापित करण्यासाठी ध्यान मदत करतं. आपल्याला जर ध्यानाचा वास्तविक अनुभव घेण्याची इच्छा असेल, तर पुढे दिलेल्या लिंकवर क्लिक करून ध्यानाचा लाभ घ्यावा.

हे अँप Apple ios प्लॅटफॉर्मवरदेखील उपलब्ध आहे. यात आहेत –
- ६ तासांपेक्षा जास्त वेळाचे योगाचे व्हिडीओ
- ६२ पेक्षाही अधिक भजनं
- मोफत ध्यान

For Subscription :

http://tgf.ngo/yogaaurbhajan
Email: helpdesk@tejgyan.org or
Contact: +91 7447797317 (Mon to Sat : 10 AM to 6 PM)

U R Meditation App
Android Play Store:
https://play.google.com/store/apps/details?id=com.wowppl.urmeditation

Apple App Store:
https://itunes.apple.com/us/app/u-r-meditation/id604134073?ls=1&mt=8

www.ingramcontent.com/pod-product-compliance
Lightning Source LLC
LaVergne TN
LVHW041849070526
838199LV00045BB/1513
* 9 7 8 9 3 8 7 6 9 6 9 4 5 *